베트남어 첫걸음

Tiếng Việt Dành Cho Người Bắt Đầu

베트남어 첫걸음

| 전혜경 · 이현정 지음 |

HU:iNE

이 교재는 2016년도 한국외국어대학교 학술연구조성비에 의해 이루어진 것임.

머리말

이 교재는 문화소통의 문제가 대두되는 현 시점에서 베트남 실용회화에 한국과 베트남의 언어문화를 실용회화에 접목시키고자 하였습니다. 또한 베트남어를 배우고자 하는 학생 혹은 기업체 임직원들에게 첫걸음 교재의 내용을 학습하면서 동시에 현지 베트남인과 같은 자연스러운 구어체 회화가 가능하도록 꾸며졌습니다. 이 교재의 차별성을 보면 다음과 같습니다.

1. 한국과 베트남 언어문화의 비교적 시각에서 학습할 수 있도록 목차를 구성하여 한국과 베트남에서 직면할 수 있는 다양한 상황과 표현을 학습할 수 있도록 하였습니다.
2. 기초회화에서 학습한 문법을 연습문제에서 반복 학습할 수 있도록 연습문제의 양을 풍부하게 두었습니다.
3. 베트남어 공인인증시험에 대비할 수 있도록 'FLEX 베트남어' 항목을 두었습니다.
4. 이미 출판되어 있는 다른 많은 베트남어 교재와 차별성을 두기 위하여 실제 베트남인들의 언어습관에 가장 근접한 구어체 중심의 실용회화 항목을 설정하였습니다.
5. 정형적인 베트남어 문법의 틀에 맞춘 베트남어로부터 자연스러운 회화체 중심의 베트남어까지 학습할 수 있도록 하였습니다.
6. 앱북(e-book)과 동시에 제작되어 온라인과 오프라인에서 함께 학습할 수 있도록 구성되었습니다.

끝으로 이 교재의 내용 구성에 도움을 주신 베트남 국립 하노이 인문사회과학대학교 언어학과 Đỗ Hồng Dương교수님과 바쁜 중에도 답안 구성과 몇 차례의 교정을 맡아 준 베트남어과 09학번 하동환 동문에게 감사를 드립니다. 또한 출판을 맡아준 한국외국어대학교 지식출판원에도 감사의 말씀을 드립니다.

2017년 3월

저자

Contents

제1과

Bảng chữ cái tiếng Việt và phát âm

알파벳과 발음

베트남어 자모음 (Nguyên âm và phụ âm tiếng Việt)

1 베트남어 알파벳 (Bảng chữ cái tiếng Việt)

알파벳	발 음	명 칭	이중자음	발 음	명 칭
a	a	a			
ă	á	á			
â	ớ	ớ			
b	bờ	bê			
c	cờ	xê	ch	chờ	xê-hát
d	dờ	dê			
đ	đờ	đê			
e	e	e			
ê	ê	ê			
g	gờ	gờ	gh	gờ	gờ-hát
			gi	gi	dờ
h	hờ	hát			
i	i	i / i ngắn			

알파벳	발 음	명 칭	이중자음	발 음	명 칭
k	cờ / ca	ca	kh	khờ	ca-hát
l	lờ	e lờ			
m	mờ	em mờ			
n	nờ	en nờ	nh	nhờ	en nờ-hát
			ng	ngờ	ngờ đơn
			ngh	ngờ	ngờ kép
o	o	o			
ô	ô	ô			
ơ	ơ	ơ			
p	pờ	pê	ph	phờ	pê-hát
q (u)	quờ / quy	quy			
r	rờ / dờ	e rờ			
s	sờ	ét xì			
t	tờ	tê	tr	trờ	tê-e rờ
			th	thờ	tê-hát
u	u	u			
ư	ư	ư			
v	vờ	vê			
x	xờ	ích xì			
y	i	y / i / i dài			

2 베트남어 모음 (Hệ thống nguyên âm trong tiếng Việt)

1. 단모음 (Các nguyên âm đơn)

i(y), ê, e, ư, ơ, a, ă, â, u, ô, o

각 단모음들은 입술의 모양과 혀의 높낮이에 따라 구별된다.

(Phân biệt các nguyên âm bằng cách căn cứ vào độ nâng của lưỡi và hình dáng của môi.)

Độ nâng của lưỡi (혀 높낮이)	Trước (전)	Sau (후)	
		không tròn môi (둥글지 않은 모양)	tròn môi (둥근 모양)
Cao (고) Trung bình (중) Thấp (저)	i ê e	ư ơ/â a/ă	u ô o

2. 이중모음(Các nguyên âm đôi)

2.1. ia / ya / iê / yê

1) ia의 경우 (끝자음이 없는 경우)

Ví dụ: mía (사탕수수) chia (나누다)

2) ya의 경우(끝자음이 없는 경우)

Ví dụ: khuya.

3) iê의 경우 (끝자음이 있는 경우)

Ví dụ: biết (알다), tiếng Việt (베트남어를 알다)

4) yê 의 경우 (끝자음/끝모음이 있는 경우)

Ví dụ: yêu (사랑하다), yên (조용히)

2.2. ưa / ươ

1) ưa의 경우 (끝자음이 없는 경우)

Ví dụ: mưa (비오다), lửa (불)

2) ươ의 경우 (끝자음이 있는 경우)

Ví dụ: mượn (빌리다), được (되다)

2.3. ua / uô

1) ua의 경우 (끝자음이 없는 경우)

Ví dụ: mua(사다) của (~의)

2) uô의 경우 (끝자음이 있는 경우)

Ví dụ: muốn (바라다) buồn (슬프다)

3 첫 자음 (Các phụ âm đầu)

b	c/k/q	ch	d
đ	g/gh	h	kh
l	m	n	ng/ngh
nh	p	ph	q(u)
r	s	t	th
tr	v	x	

1. 북부에서는 d와 gi 모두 [z]로 발음하며 남부에서는 [j]로 발음한다.

(Ở miền Bắc, d và gi đều phát âm là [z]. Ở miền Nam phát âm thành [j])

2. c, k, q 모두 [k] 로 발음하며, k는 i, e, ê 와 함께 사용되고 그 외의 모음 앞에서는 c 가 쓰인다. q 뒤에서는 u가 쓰이며 [kw]로 발음한다.

(Chữ c, k và q đều phát âm là [k]. Khi viết có sự phân biệt . Viết chữ k khi đứng trước các nguyên âm : i, e và ê. Viết chữ c với các nguyên âm còn lại . Viết chữ q khi sau nó có âm đệm u và đọc thành [kw])

Ví dụ

kí tên (사인하다)	kế bên (옆에)	kẻ trộm (도둑놈)	kiến (개미)
ca (노래하다)	có (있다)	cũ (오래된)	
qua (통과하다)	quí (귀하다)		

3. g와 gh의 발음은 같으나 gh는 i, e, ê 와 함께 사용되고 그 외의 모음 앞에서 g 가 쓰인다.
(Hai chữ g và gh phát âm giống nhau nhưng khi viết phải chú ý. Viết chữ gh khi sau nó là các nguyên âm i, e và ê. Viết chữ g trước các nguyên âm khác.)

Ví dụ

ghi (적다)	ghe (보트)	ghê (몹시)	ghiền (~에 중독되다, 빠지다)
gà (닭)	gõ cửa (두드리다)		

4. ng와 ngh의 발음은 같으나 ngh는 i, e, ê 와 함께 사용되고 그 외의 모음 앞에서는 ng가 쓰인다.
(Hai chữ ng và ngh phát âm giống nhau nhưng khi viết phải chú ý. Viết chữ ngh trước các nguyên âm i, e và ê. Viết chữ ng trước các nguyên âm khác.)

Ví dụ

nghĩ (생각하다)	nghe (듣다)	nghề nghiệp (직업)
ngã (넘어지다)	ngô (옥수수)	ngủ (자다)

자음(Phụ âm)과 모음(Nguyên âm)

• 자음(Phụ âm) : b, m

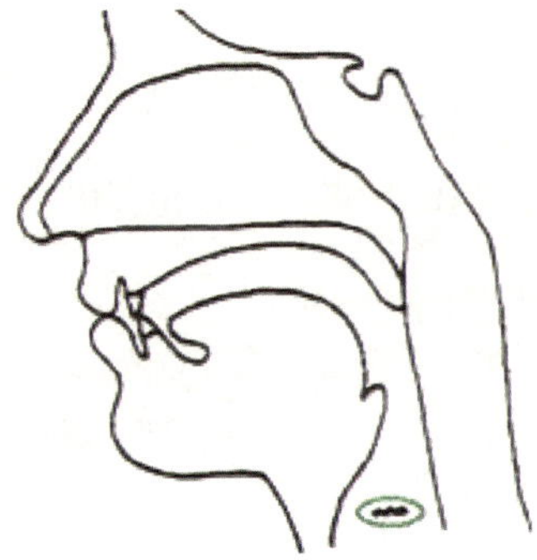

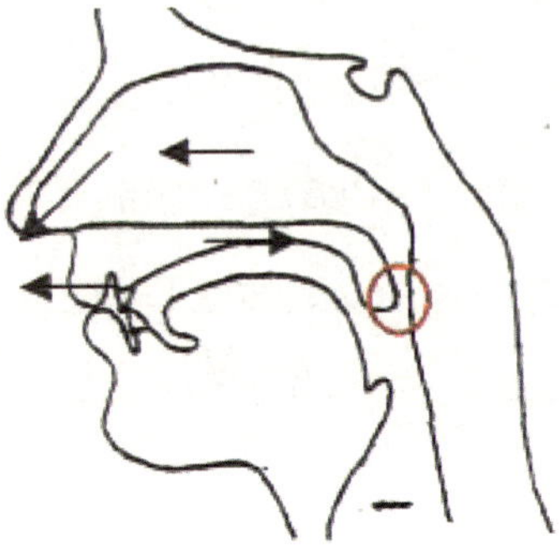

• 혀 앞 위치 자음(Phụ âm đầu lưỡi – lợi) : đ, n

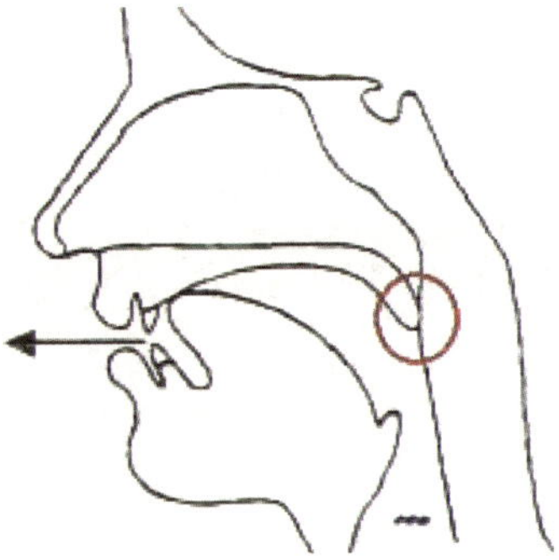

• 모음 (Nguyên âm) : i, ê , e

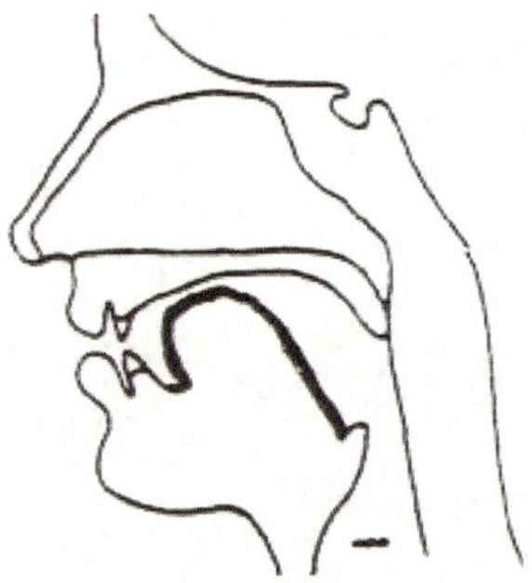

i

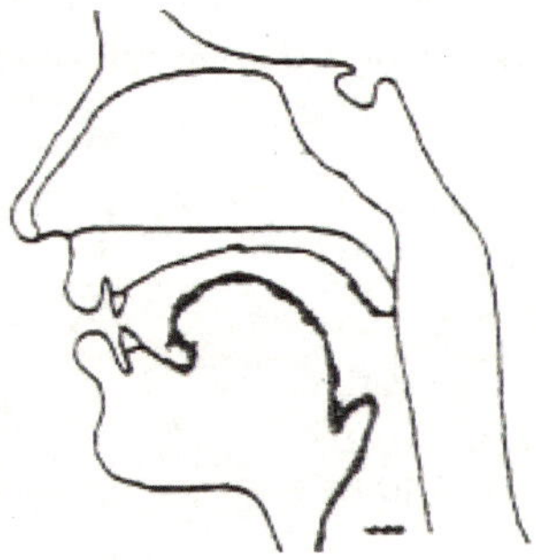

ê

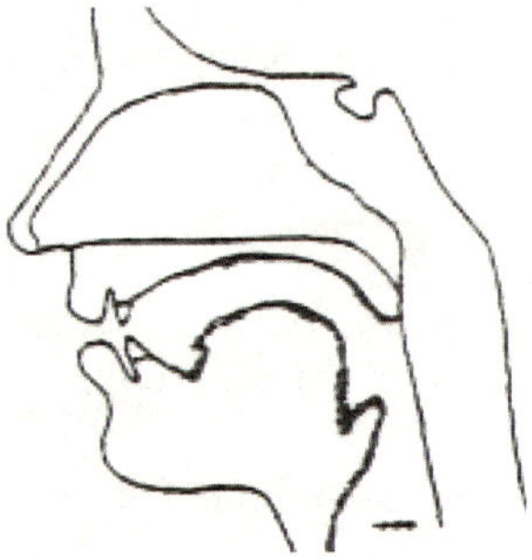

e

연습 (Luyện Tập)

1 다음 예시와 같이 빈칸을 채우시오. (Điền vào chỗ trống theo mẫu)

	i	huyền (`)	ê	huyền (`)	e	huyền (`)
b	1 bi	5 bì	9	13	17	21
m	2	6	10	14	18	22
n	3	7	11	15	19	23
đ	4	8	12	16	20	24

2 다음 낱말들을 읽으시오. (Đọc các cụm từ sau đây)

Bè đi	Be be	đi đi	bì bê	đê mê
Bi nè	bê bê	nè nè	mi mi	

3 성조가 필요할 경우 표시하시오.

(Nghe và điền vào chỗ trống, sử dụng i/ê/e (và thanh điệu nếu cần thiết)

Cái b___.　　con b ___.　　bát m ___.　　viên b ___.

Quả m ___.　　con b ___ b ___.　　đ ___ thi　　____ ê cung

____ i bộ　　n ___ cô

4 아래의 각 단어에 성조를 표시하시오.

(Điền thanh điệu vào các từ dưới đây)

1) Con bê đang đi trên triên đê

2) Trơi hơi mưa

3) Ngoai đông, nhiêu ngươi đang lam

• 전치에 쓰이는 자음(Phụ âm đầu): c / k / q / ng / ngh / nh

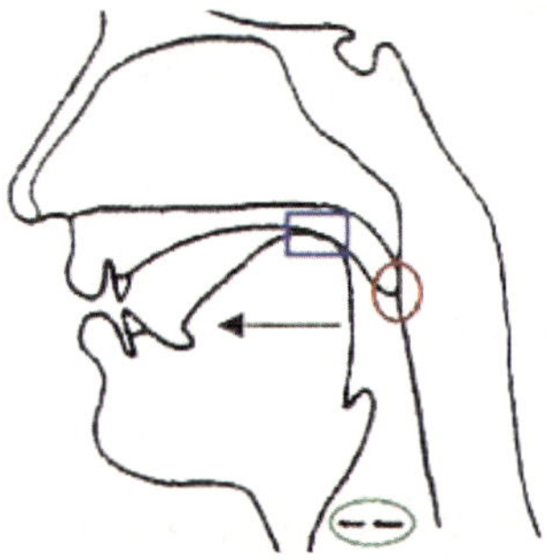

c/k/q

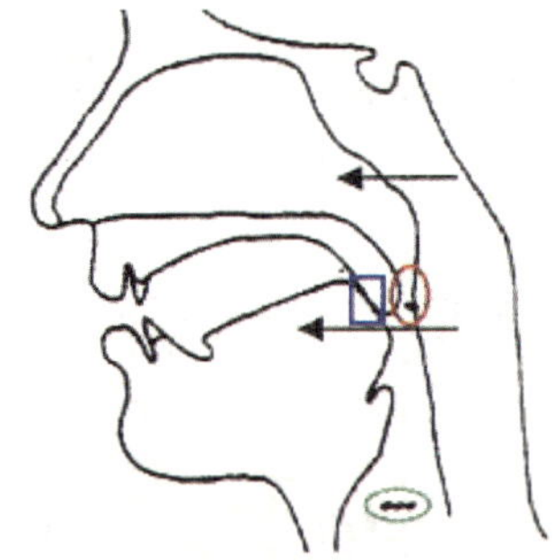

ng/ngh

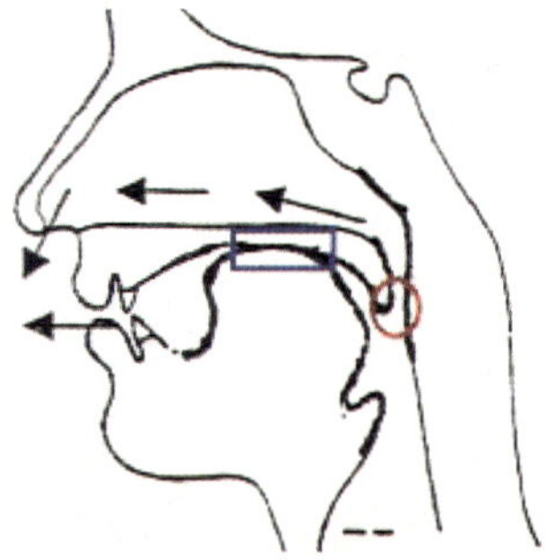

nh

• 모음(Nguyên âm): u / ô / o

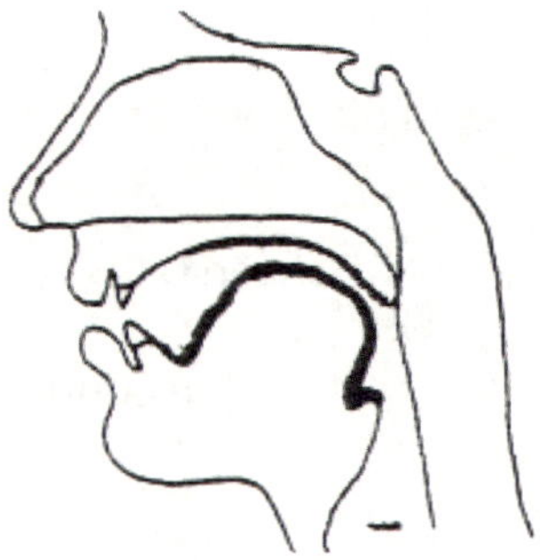

u

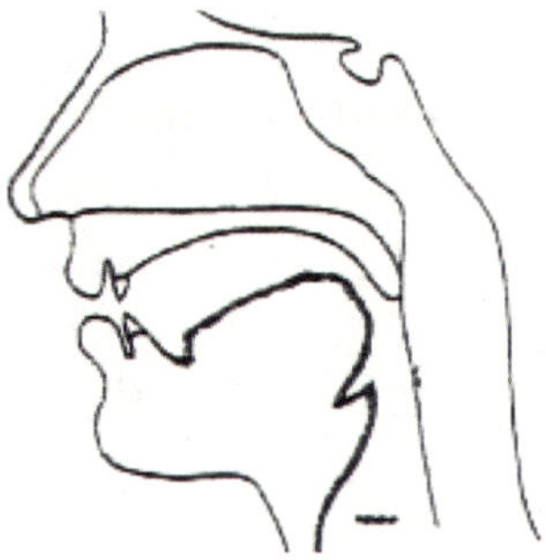

ô

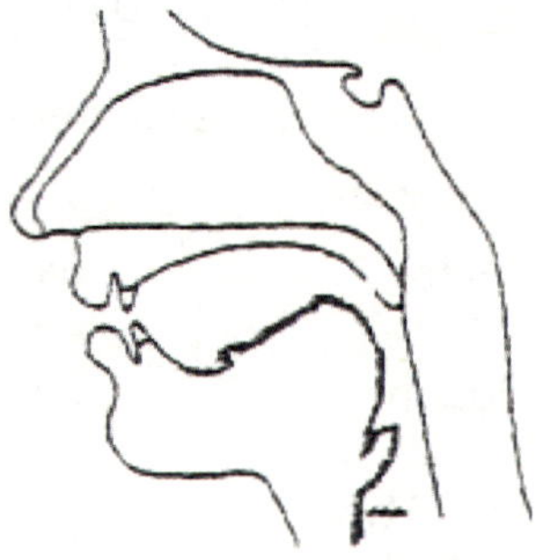

o

연습 (Luyện Tập)

1 잘 듣고 다음 단어에 성조를 표시하시오.
(Nghe và điền thanh điệu vào các từ sau.)

bô
me
anh
chi
ông
ba
con
chau

tôi
ban
chung tôi
cac ban
ho
no
em
thây
cô

2 다음 각 단어를 읽으시오. (Đọc các từ sau.)

nghe	kê	ngô	cụ	ngộ	nho	nhô
nghề	no	mụ	kì	ngố	ngó	cọ

• 인후 자음(Phụ âm họng) : h • 혀 안 자음 (Phụ âm gốc lưỡi) : kh , g/gh

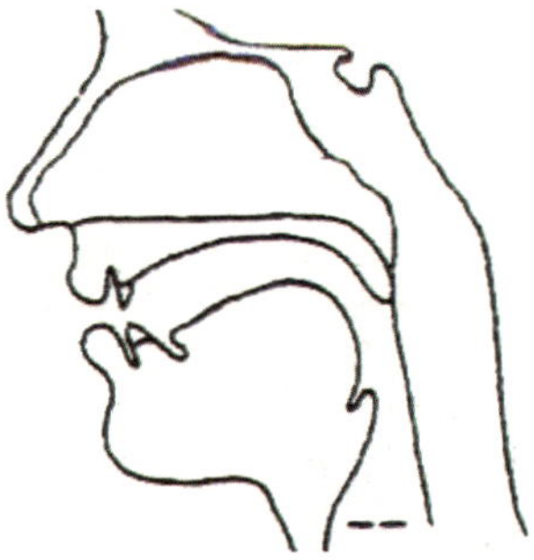

h

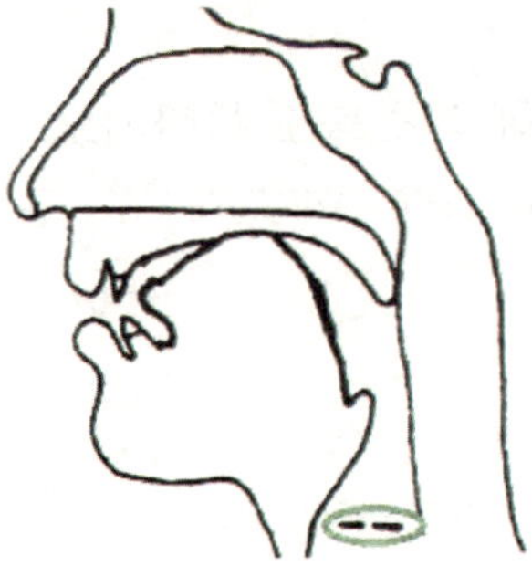

kh

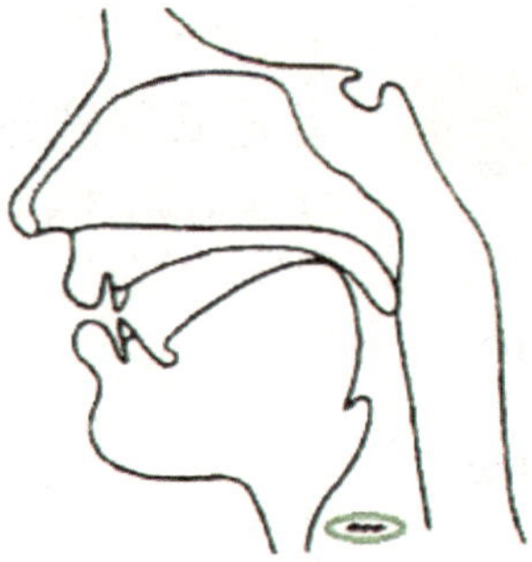

g/gh

• 모음 (Nguyên âm)

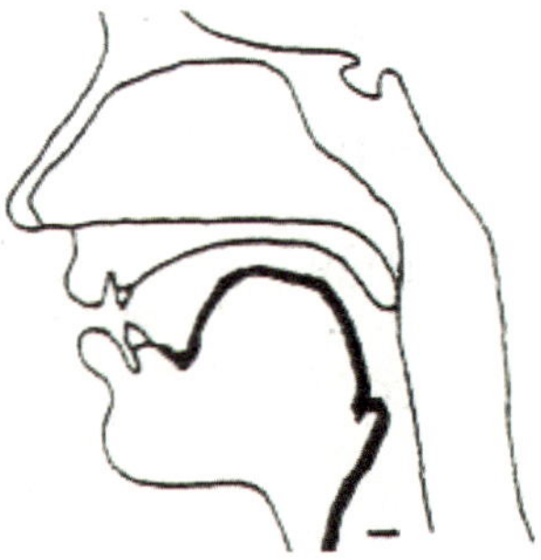

ư

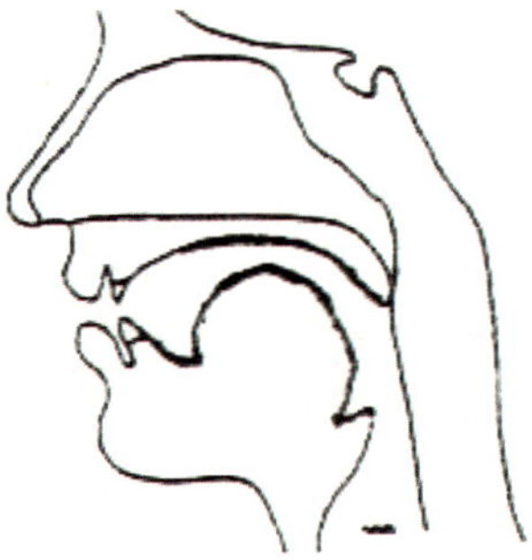

ơ

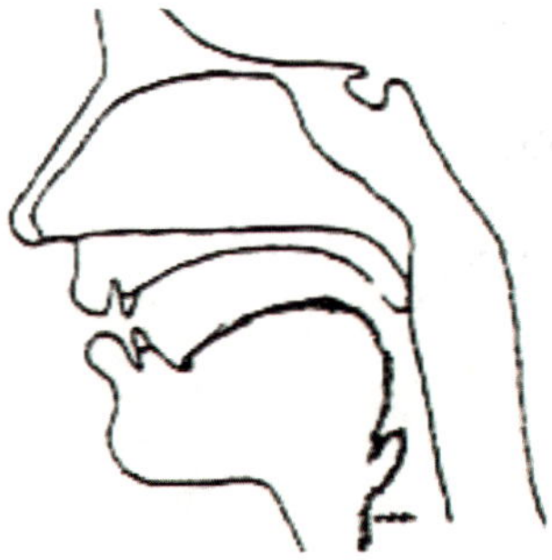

a

연습 (Luyện Tập)

1 잘 듣고 아래의 각 단어에 성조를 표시하시오.
(Nghe và điền thanh điệu vào các từ dưới đây.)

1) Không thây đô may lam nên

2) Thuôc đăng da tât, sư thât mât long

연습문제(BÀI TẬP VỀ NHÀ)

1 결합법칙에 맞는 것에 ✓를 표시하시오.
(Đánh dấu ✓ vào những trường hợp được chấp nhận.)

	a	e	ê	o	ô	ơ	i	u	ư
g	1	2	3	4	5	6	7	8	9
gh	10	11	12	13	14	15	16	17	18
ng	19	20	21	22	23	24	25	26	27
ngh	28	29	30	31	32	33	34	35	36
k	37	38	39	40	41	42	43	44	45
c	46	47	48	49	50	51	52	53	54

2 위의 결합법칙에 맞는 각 단어들을 다시 적으시오.
(Viết lại các từ được chấp nhận bên trên.)

3 다음의 각 문장을 다시 적고 읽으시오. (Viết lại các câu sau đây và đọc.)

a. Nhà bà Kha ở ngã ba

b. Con hổ đã đi ngủ

c. Bé Hà nhớ mẹ

• 순치자음(Phụ âm môi – răng)

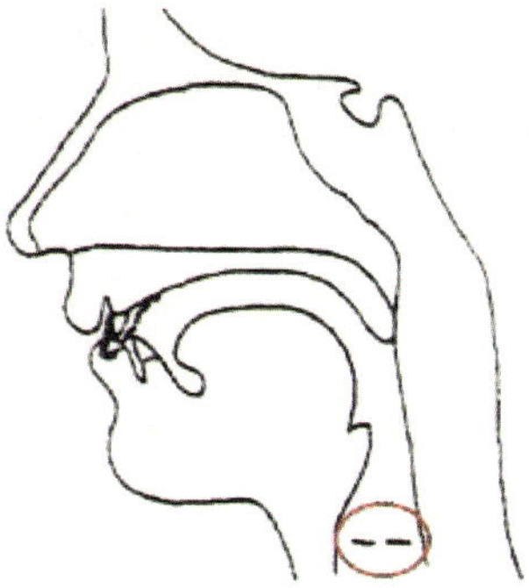

ph

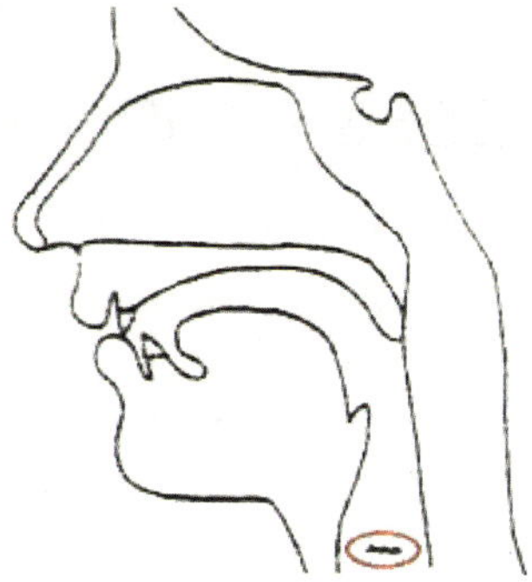

v

• 설자음(Phụ âm lưỡi lợi)

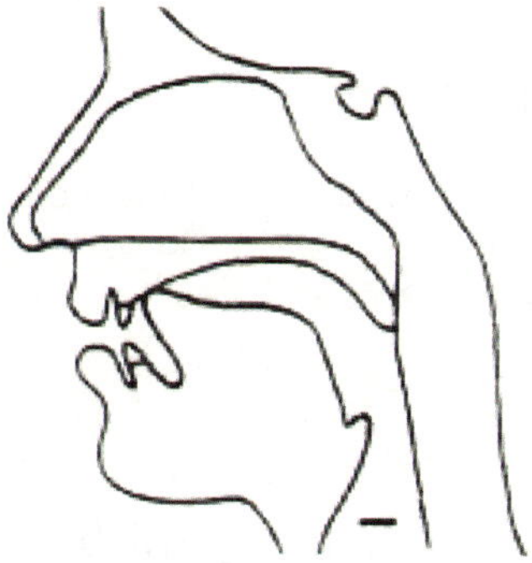

l

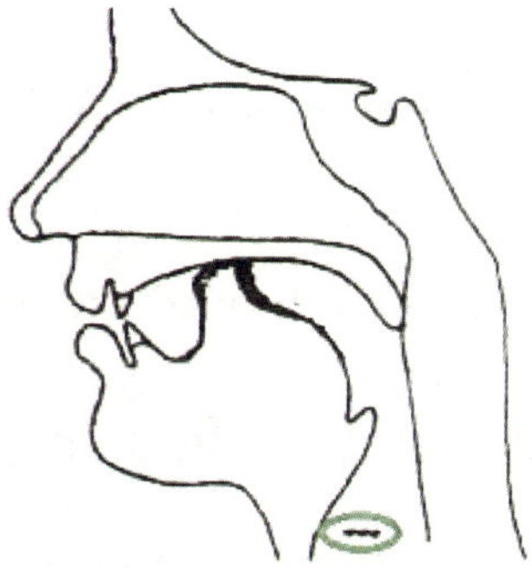

r

• 이중모음(Nguyên âm đôi)

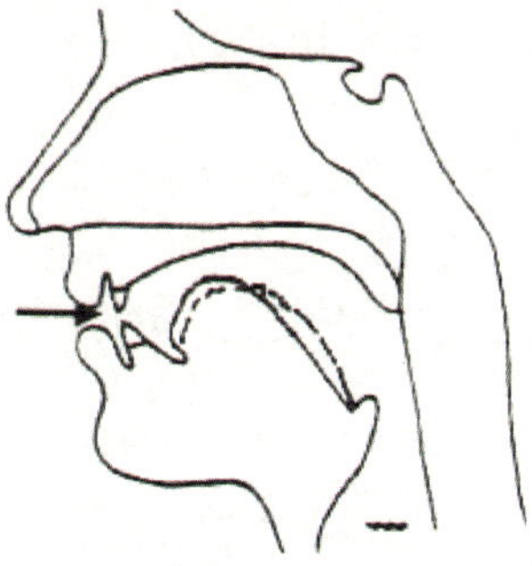

ia / iê(ya/yê)

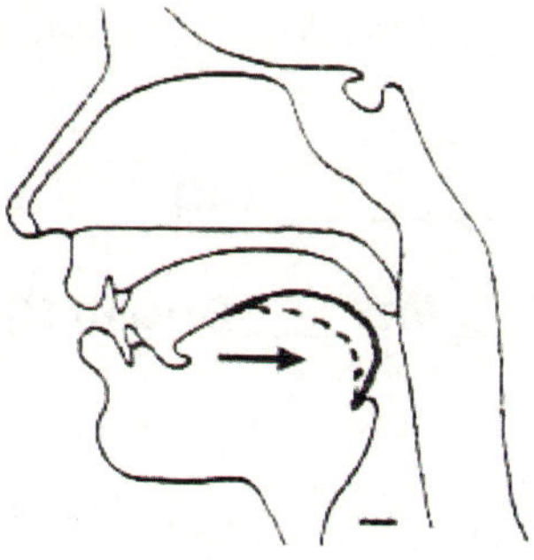

ưa / ươ

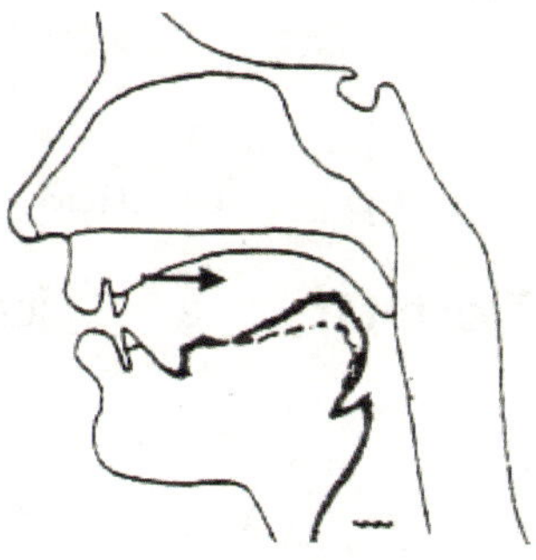

ua / uô

연습 (Luyện Tập)

1 다음의 문장들을 읽으시오. (Đọc các từ sau.)

dưa chua

quả dừa

thia lia

bừa phứa

lưa thưa

2 잘 듣고 이중모음 ia/ưa/ua을 빈칸에 기입하시오.
(성조가 필요한 경우 표시하시오.) (Nghe và điền các nguyên âm đôi *ia/ưa/ua* vào các chỗ trống. (và thêm thanh điệu nếu cần thiết))

Trời m ___, tôi không muốn đi m ___ sắm

Tr ___ hôm k ___, mẹ tôi nấu món cá ch ___ và d ___ muối

3 잘 듣고 첫 자음 kh/ph/v/l/r을 빈칸에 기입하시오.
(Nghe và điền các phụ âm đầu *kh/ph/v/l/r* vào các chỗ trống.)

___ ép ___ ua thua ___ ệ ___ àng

Trời mưa ___ ả ___ ích ___ àm ___ ông ai thấy ___ ui và ___ ấn ___ ởi

Chú ý:

	(Không có âm cuối)	(Có âm cuối)
ua/uô:	mua, chùa	muốn, luôn, tuột
ia/iê (ya/yê)	chia, lia, khuya	chiến, miến, hiền, quyên
ưa /ươ	rửa, thưa, xưa	mươn mướt, lườn, sườn, người

• 혀-잇몸 앞 자음(Đầu lưỡi – răng)

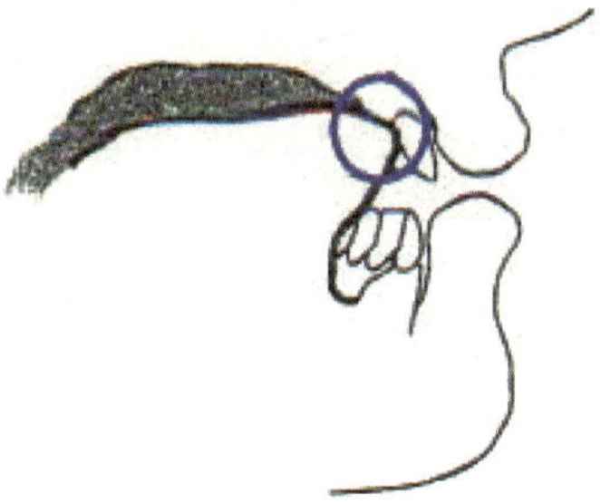

t

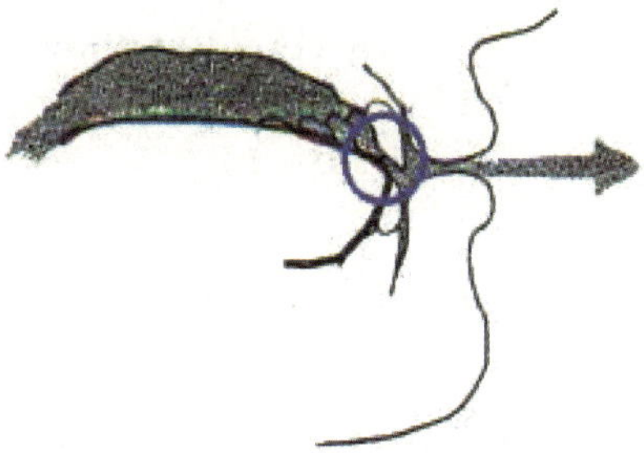

th

• 혀 면 자음 (Phụ âm mặt lưỡi)

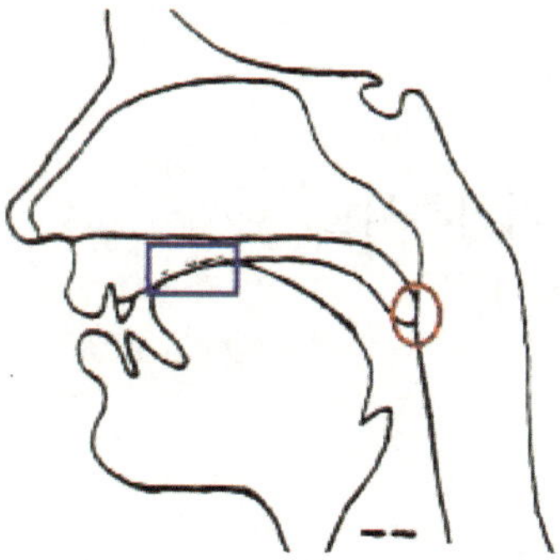

ch

• 혀를 구부린 자음 (Phụ âm quặt lưỡi)

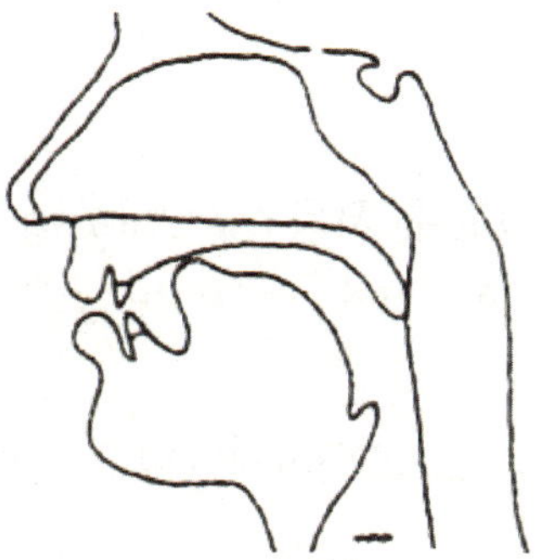

tr

• 장식음(Âm đệm): u, o

• 끝음(Âm cuối): m, n, nh, ng

연습 (Luyện Tập)

1 다음의 조합들을 읽으시오. (Đọc các kết hợp sau.)

o + a = oa	hoa, loa, xoa, lỏa tỏa	qua
o + e = oe	xòe, loe	que
u + ê = uê	xuê, khuê, huê	quê
u + y = uy	uy, chùy, túy, phuy	quy
u + ơ··· = uơ···	huơ	quơ

2 끝음과의 결합 (Kết hợp với âm cuối)

o + ă··· = oă···	oăm, loăn xoăn, họa hoằn	quăn
u + â··· = uâ···	xuân, tuấn, huấn	quân

3 잘 듣고 첫 자음 m/n/nh/ng을 빈칸에 기입하시오.
(Nghe và điền *m/n/nh/ng* vào chỗ trống.)

1. e ___ bị ố ___, phải đi bệ ___ việ ___.
2. a ___ bị cả ___, phải nằ ___ trê ___ giườ ___.
3. hô ___ nay e ___ khô ___ buồ ___ ngủ.
4. ă ___ trưa ở că ___ ti ___.
5. gia đì ___ e ___.

7. vợ chồ ___ hạ ___ phúc

8. ô ___ bà mạ ___ khỏe

8. a ___ trai e ___ đã đí ___hô ___.

9. ô ___ ấy vẫ ___ độc thâ.

10. e ___ là co ___ út tro ___ nhà.

• 혀 앞 자음(Phụ âm đầu lưỡi)

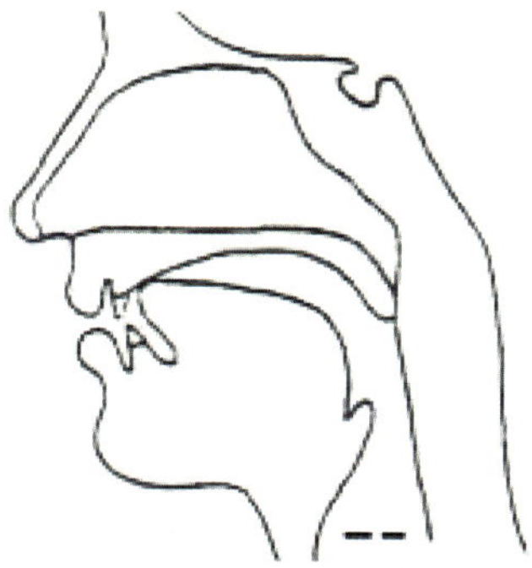

x

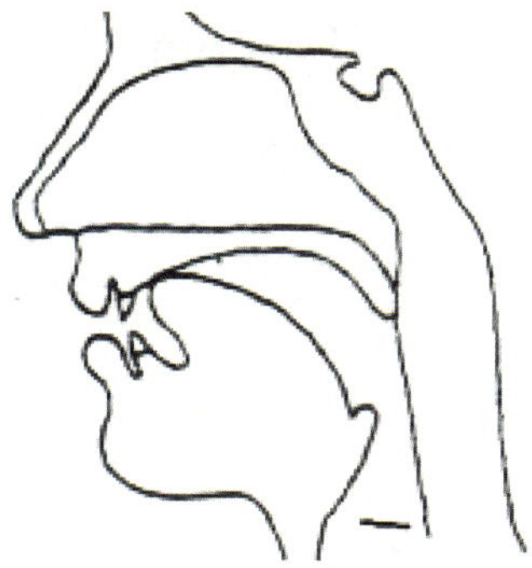

d

• 혀를 구부린 자음(Phụ âm quặt lưỡi)

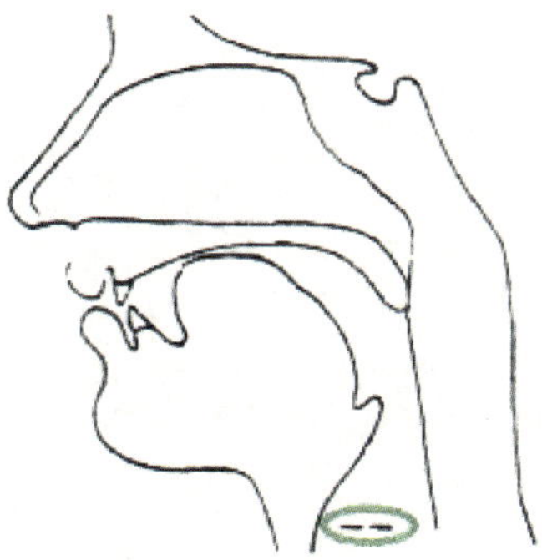

s

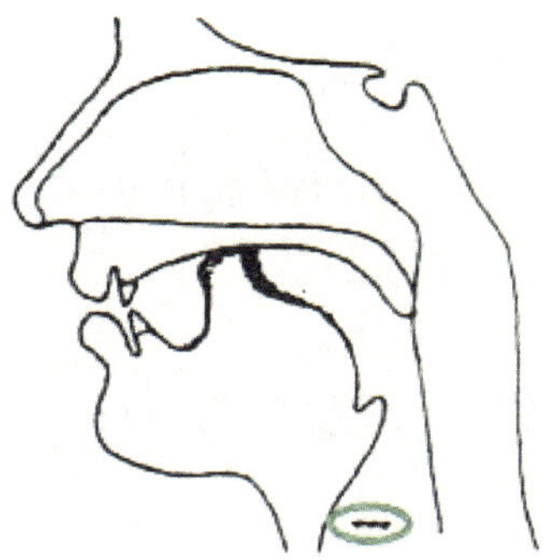

gi

• 끝음 (Âm cuối): i / y / u / o

연습 (Luyện Tập)

1 읽기 연습 (Tập đọc)

ai	tai, vai
ay	tay, gáy
oi	còi, sỏi
ôi	môi, phổi
ơi	lợi, chơi
ui	mũi
ưi	ngửi
au	sau, đau
ao	sao, pháo
âu	đầu, trâu
ưu	sưu, lưu
ươi	lưỡi, dưới
uôi	đuôi
iêu/yêu	chiều, miếu

2 잘 듣고 성조를 기입하시오. (Nghe và điền thêm thanh điệu.)

1) Ngay xưa co canh diêu bay hưng hơ vi vut sau răng tre

2) Ngay xưa co canh co bay la đa châp chơn theo đông lua

3 잘 듣고 i/y, o/u를 빈칸에 기입하시오.
(Nghe và điền *i/y, o/u* vào chỗ trống.)

1. má ____ cà ____
2. ca ____ quá
3. cha ____ rượ ____
4. bên phả ____
5. ta ____ trá ____
6. đầ ____ tà ____
7. la ____ xa ____
8. đi và ____
9. nhà bá ____
10. dòng má ____

제2과

Hệ thống thanh điệu

성조 체계

베트남어 자모음 (Nguyên âm và phụ âm tiếng Việt)

베트남어는 다음과 같은 6개의 성조가 있다. (Tiếng Việt có 6 thanh điệu(dấu).)

		Bằng (평)	Trắc (측)	
Cao	고	Thanh ngang	Thanh ngã	Thanh sắc
Thấp	저	Thanh huyền	Thanh hỏi	Thanh nặng

1. Thanh ngang. 약간 높은 음에서 시작하여 평평하게 발음한다.

(Không dấu: Phát âm hơi cao, không lên, không xuống.)

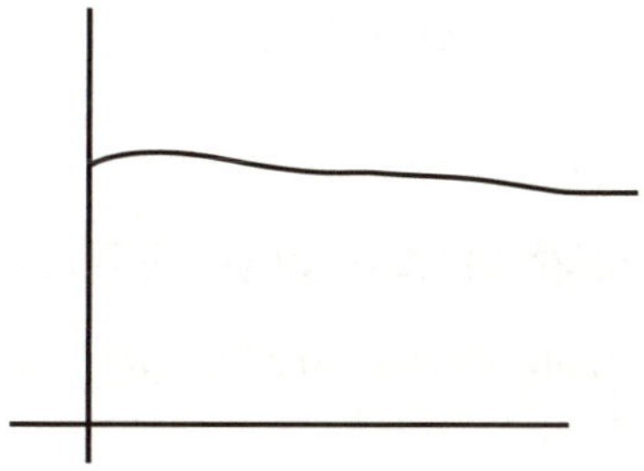

Ví dụ: ma, ba, cha…

2. Thanh huyền. 아래로 길게 내린다. (Dấu huyền: Đi xuống thấp.)

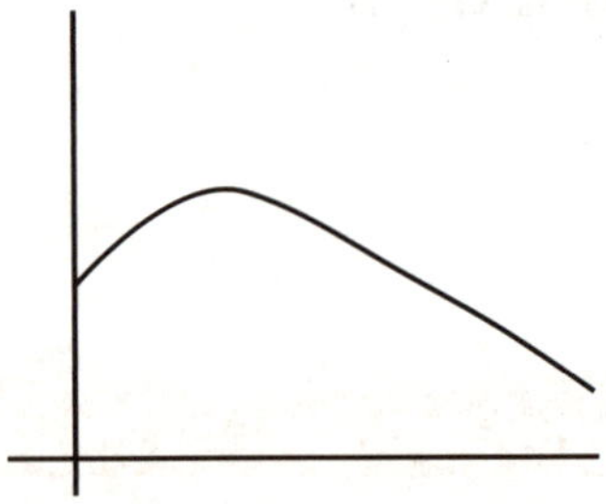

Ví dụ: mà, bà, chà…

3. Thanh ngã. Thanh huyền과 마찬가지로 약간 높은 음에서 시작하여 급격히 하강시켰다가 다시 급격히 상승시킨다.

(Dấu ngã: Đầu tiên có độ cao như thanh huyền sau đó xuống nhanh, đột ngột và lại lên cao.)

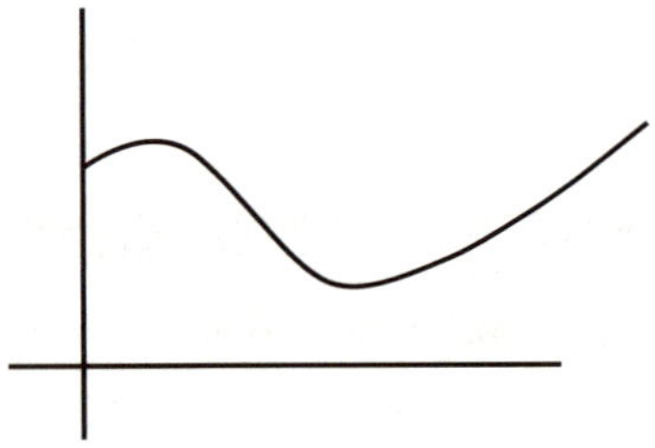

Ví dụ: mã, gã, lã…

4. Thanh hỏi. 약간 높은 음에서 시작하여 Thanh huyền과 같이 아래로 내린 후 다시 약간 올린다.

(Dáu hỏi: Đầu tiên có độ cao như thanh huyền sau đó tăng lên cao.)

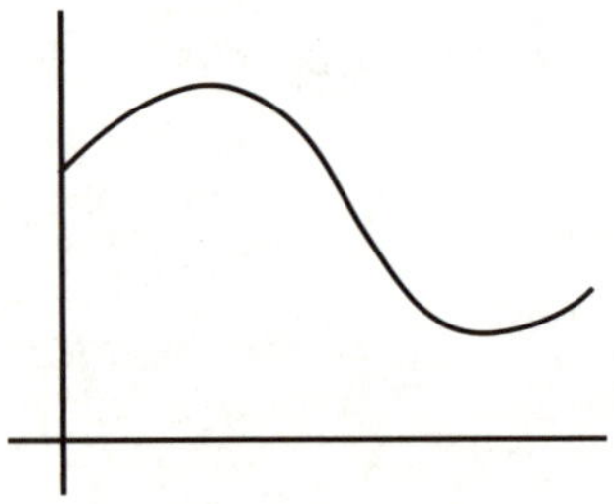

Ví dụ: cả, thả, chả…

5. Thanh Sắc 처음에 평평하게 발음하다가 점점 음을 올리며 발음한다.

(Dấu sắc: Đầu tiên hơi ngang, sau đó đi lên cao.)

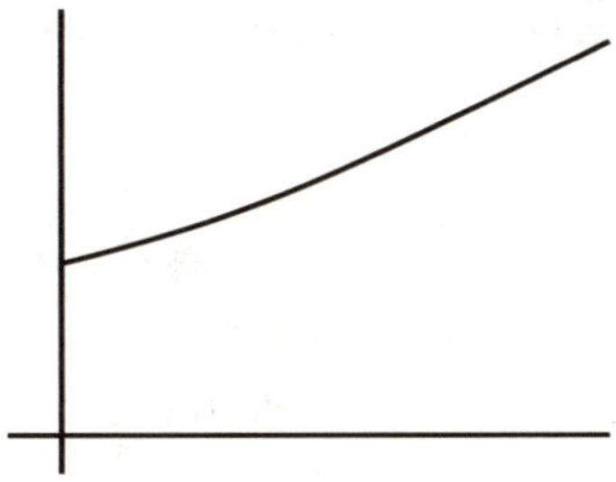

Ví dụ: cá, đá, má⋯

6. Thanh nặng 처음에 평평하게 잠깐 발음하다가 급격하게 내린다.

(Dáu nặng: Đầu tiên hơi ngang, sau đó xuống đột ngột.)

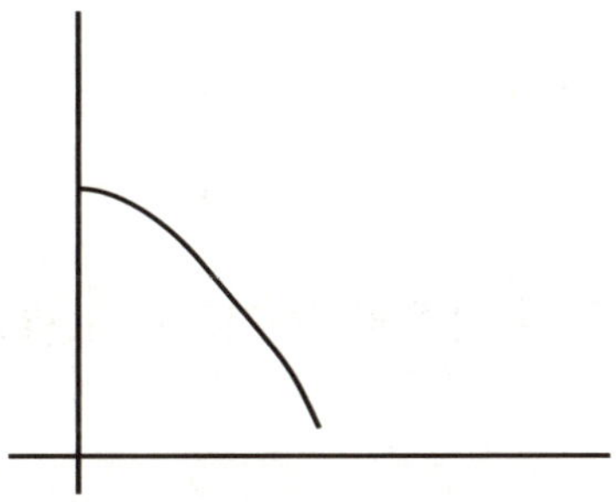

Ví dụ : mạ, cạ, dạ,⋯

성조 연습 (Luyện tập Thanh điệu)

1 평성과 다른 성조 결합 (Thanh ngang với các thanh khác):

각 성조와 결합 (Sự kết hợp các thanh)	예시(Ví dụ)		
ngang – ngang	em trai	đi chơi	quê hương
ngang – huyền	đi về	bao giờ	năm người
ngang – hỏi	tư tưởng	vui vẻ	công sở
ngang – ngã	xin lỗi	khiêu vũ	chiêu đãi
ngang – sắc	con cá	văn hóa	cao cấp
ngang – nặng	quan hệ	siêu thị	bưu điện

2 내려가는 성조와 다른 성조 결합 (Thanh huyền với các thanh khác):

각 성조와 결합 (Sự kết hợp các thanh)	예시(Ví dụ)		
huyền – ngang	người ta	bình dân	cà phê
huyền – huyền	đồng hồ	nhà hàng	hoàn thành
huyền – hỏi	điều khiển	đầy đủ	tình cảm
huyền – ngã	đồng nghĩa	liều lĩnh	bình tĩnh
huyền – sắc	bài hát	thành phố	Hàn Quốc
huyền – nặng	đề nghị	tài trợ	trường học

3 내렸다 살짝 올리는 성조와 다른 성조 결합

(Thanh hỏi với các thanh khác):

각 성조와 결합 (Sự kết hợp các thanh)	예시(Ví dụ)		
hỏi – ngang	khả năng	buổi trưa	điểm tâm
hỏi – huyền	chủ nhà	buổi chiều	phở bò
hỏi – hỏi	bảo đảm	thỉnh thoảng	hủy bỏ
hỏi – ngã	hiểu rõ	triển lãm	sửa chữa
hỏi – sắc	bảo chứng	tổng thống	cảm xúc
hỏi – nặng	cảm động	chuẩn bị	tiểu học

4 꺾어올리는 성조와 다른 성조 결합 (Thanh ngã với các thanh khác):

각 성조와 결합 (Sự kết hợp các thanh)	예시(Ví dụ)		
ngã – ngang	diễn viên	ngã ba	nữ sinh
ngã – huyền	sẵn sàng	rõ ràng	giữ gìn
ngã – hỏi	dũng cảm	chỗ ở	dễ hiểu
ngã – ngã	kỹ lưỡng	bỡ ngỡ	mãi mãi
ngã – sắc	miễn phí	ngữ pháp	lỗ vốn
ngã – nặng	xã hội	kỹ thuật	ngữ điệu

5 올리는 성조와 다른 성조 결합 (Thanh sắc với các thanh khác):

각 성조와 결합 (Sự kết hợp các thanh)	예시(Ví dụ)		
sắc – ngang	trái cây	phóng viên	giáo sư
sắc – huyền	nước dừa	áo quần	tiếng Hàn
sắc – hỏi	sức khỏe	kết quả	chính phủ
sắc – ngã	bác sĩ	hấp dẫn	thiếu nữ
sắc – sắc	áo mới	thế giới	chú ý
sắc – nặng	chính trị	tiếng Việt	ví dụ

6 뚝 떨어지는 성조와 다른 성조 결합 (Thanh nặng với các thanh khác):

각 성조와 결합 (Sự kết hợp các thanh)	예시(Ví dụ)		
nặng – ngang	bệnh nhân	tự do	cạnh tranh
nặng – huyền	động từ	phụ từ	thực hành
nặng – hỏi	lịch sử	mạnh khỏe	đại biểu
nặng – ngã	phụ nữ	ngoại ngữ	rộng rãi
nặng – sắc	hệ thống	ngoại quốc	động tác
nặng – nặng	bệnh viện	điện thoại	độc lập

7 두 개 성조 이상의 결합 단어 읽기 (Đọc kết hợp hơn 2 thanh điệu):

mua xe hơi	ăn cơm trưa	tôi ăn cơm
nhà này dài	đài truyền hình	làm bình thường
tuyển thủ giỏi	hủy bỏ cả	hỏi lảm nhảm
đã bỡ ngỡ	ngẫm nghĩ mãi	mỗi mẫu mã
ký túc xá	có áo mới	nó thích sách
bệnh viện rộng	sự hoạt động	thật thuận tiện

제3과

Em chào thầy ạ

안녕하세요 선생님

학습 목표

• 베트남어 인사를 상황 별로 학습할 수 있다.

어휘 (Từ vựng)

xin chào? (gặp nhau)	(만날 때) 안녕하세요?	dạo này	요즘, 최근
khỏe	건강한	bác	큰아버지(백부)
bình thường	보통, 평상시	vẫn	여전히
thầy giáo	남자 선생님	hẹn	약속하다
cô giáo	여자 선생님	gặp	만나다
cũng	또한, 역시	lại	다시, 계속
tạm biệt	안녕 (헤어질 때)	người lớn tuổi	성인, 어른
khi	~할 때	xin	(문두) 정중한 표현

대화문 (Hội thoại)

친구를 만났을 때 (Khi gặp bạn)

1

Anh Park: Chào cô!
박 씨: 안녕하세요!

Cô Lan: Chào anh!
란 씨: 안녕하세요!

Anh Park: Cô có khỏe không?
박 씨: 잘 지내시죠?

Cô Lan: Cám ơn anh, tôi khỏe.
란 씨: 감사합니다. 잘 지냅니다.

2

Mina: Chào cậu (bạn)!
민아: 안녕!

Lan: Chào Mina!
란: 안녕 민아야!

Mina: Cậu có khỏe không?
민아: 잘 지내니?

Lan: Cám ơn, tớ (mình) bình thường.

란: 고마워. 난 평소와 같아.

선생님을 만났을 때 (Khi gặp thầy/cô giáo)

Minsu: Em chào thầy ạ.

민수: 선생님 안녕하세요.

Thầy giáo: Chào em.

남자 선생님: 안녕.

Minsu: Thầy có khỏe không ạ?

민수: 선생님 잘 지내시나요?

Thầy giáo: Cám ơn em. Thầy khỏe. Còn em?

남자 선생님: 고마워. 나는 잘 지내. 너는?

Minsu: Em cũng khỏe.

민수: 저도 잘 지내요.

웃어른을 만났을 때 (Khi gặp người lớn tuổi)

Mina: Cháu chào bác ạ.

민아: 안녕하세요.

Bác Tuấn: Chào cháu.

뚜언아저씨: 안녕.

Mina: Dạo này bác có khỏe không?

민아: 요즘 아저씨는 잘 지내시나요?

Bác Tuấn: Cám ơn cháu. Bác khỏe. Còn cháu, dạo này thế nào?

뚜언아저씨: 고마워. 나는 잘 지내. 너는 요즘 어떠니?

Mina: Dạ, cám ơn bác. Cháu vẫn bình thường ạ.

민아: 감사합니다. 저는 여전히 평소와 같아요.

헤어질 때 (Khi tạm biệt)

1 친구와 (Với bạn)

Lan: Chào cậu. Hẹn gặp lại.

란: 잘가. 또 만나자.

Mina: Tạm biệt Lan.

민아: 안녕 란.

2 선생님과 (Với thầy/cô giáo)

Minsu: Xin phép thầy em đi trước ạ. Em chào thầy.

민수: 선생님 저 먼저 갈게요. 안녕히 계세요.

Thầy giáo: Ừ, chào em. Hẹn gặp em lần sau.

남자 선생님: 응 안녕. 다음에 또 만나자.

문법 (Ngữ pháp)

1 인칭대명사 (Đại từ nhân xưng)

1인칭 단수	1인칭 복수	2인칭 단수	2인칭 복수	3인칭 단수	3인칭 복수
Tôi	Chúng tôi	Bạn	Các bạn	Bạn ấy	Các bạn ấy
	Chúng ta	Ông	Các ông	Ông ấy	Các ông ấy
Em	Chúng em	Bà	Các bà	Bà ấy	Các bà ấy
Mình	Chúng mình	Anh	Các anh	Anh ấy	Các anh ấy
		Chị	Các chị	Chị ấy	Các chị ấy
		Em	Các em	Em ấy	Các em ấy
		Cô	Các cô	Cô ấy	Các cô ấy
		Thầy	Các thầy	Thầy ấy	Các thầy ấy
				Nó	Chúng nó (=Họ)

* 자신과 상대방의 호칭 (Đại từ nhân xưng và cách xưng hô với người đối diện)

Bản thân **자신**	Đối phương **상대방**
Con 저 (자녀)	Bố, mẹ 아버지, 어머니
Cháu 저 (손자,손녀,조카)	Ông, bà, bác, chú, cô, cậu, mợ, dì 할아버지, 할머니, 큰아버지, 작은아버지, 작은어머니, 외삼촌, 숙모, 이모
Em 저 (형, 누나 또는 선생님에게)	Anh, chị, thầy, cô 형, 오빠, 언니, 누나, 남선생님, 여선생
Tôi 나 (격식 없이 사용할 때)	Bạn, ông, anh, cô 친구, 어른, 형, 아주머님

Bản thân **자신**	Đối phương **상대방**
Mình 나 (동격 또는 아랫사람에게)	Bạn 친구
Tớ 나 (친구사이에서)	Cậu 너(친구사이에서)

2 인사하기 (Chào hỏi)

1) 인사: Chào + 2인칭

Ví dụ

Chào anh, chào chị, chào cô, chào thầy… (안녕하세요 + 형, 누나, 여선생님, 남선생님)

2) 처음 만났을 때: Rất vui được gặp + 2인칭

Ví dụ

Rất vui được gặp anh (만나서 반갑습니다)

3) 헤어질 때:

- 2인칭 + đi ạ

Ví dụ

Anh đi ạ (가세요 형)

- 1인칭 + đi nhé

Ví dụ

VD) Anh đi nhé (나는 갈게)

3 안부 묻기 (Hỏi thăm sức khỏe)

A: 2인칭 có khỏe không? (잘 지내세요?)

B: Cám ơn 2인칭, 1인칭 khỏe / bình thường. (감사합니다, 건강합니다/평소와 같습니다)

Còn 2인칭, 2인칭 có khỏe không? (그리고 ~, ~은 건강하시지요?)

A: Cám ơn 2인칭, 1인칭 cũng khỏe / bình thường.

(감사합니다, ~ 또한 건강합니다/평소와 같습니다)

연습 (Luyện Tập)

1 다음 빈 칸에 알맞은 단어를 넣으시오.
(Điền từ thích hợp vào chỗ trống dưới đây.)

1 친구(선후배)와의 대화
(Hội thoại với bạn (bạn học khóa trên hoặc khóa dưới))

Mai: Chào anh.
John: Chào em.
Mai: _____ được gặp anh.
John: Anh cũng _____ được gặp em.

2 웃어른과의 대화 (Hội thoại với người lớn tuổi hơn mình)

Simizhư: Chào cháu.
John: _____ chào ông ạ. Ông có khỏe không ạ?
Simizhư: Cảm ơn cháu, _____ khỏe. Còn cháu?
John: Cảm ơn ông ạ, cháu ______ khỏe ạ.

실용 회화 (Hội thoại thông dụng)

1 친구를 만날 때 (Khi gặp bạn)

Hùng: Minsu! Đi đâu mà bây giờ mới thấy mặt.
훙: 민수! 어디갔었는지 이제야 얼굴을 보네.

Minsu: Lâu lắm rồi không gặp, dạo này có gì mới không?
민수: 오랜만이야. 요즘 넌 새로운 소식 있니 ?

Hùng: Chẳng có gì mới cả. Vẫn chơi dài thôi.
훙: 새로운 거 없어. 계속 놀고 있지.

2 선생님을 만날 때 (Khi gặp thầy/cô giáo)

Minsu: Em chào thầy ạ!
민수: 선생님, 안녕하세요!

Thầy giáo: Chào em. Dạo này học hành thế nào?
선생님: 안녕. 요즘 공부는 어떠니?

Minsu: Em đang học thêm tiếng Việt ở trung tâm văn hóa ạ. Thầy có khỏe không ạ?
민수: 문화센터에서 베트남어를 배우고 있어요. 선생님께서는 잘 지내고 계세요?

Thầy giáo: Thầy khỏe. Em cố gắng học nhé. Có gì không hiểu cứ hỏi thầy.
선생님: 잘 지내지. 열심히 공부하렴. 이해가 안되는 것이 있으면 물어보도록 하고.

Minsu: Vâng ạ. Em cám ơn thầy.
민수: 네. 감사합니다.

FLEX 문제 (Luyện tập FLEX)

Hãy chọn một lời đáp phù hợp với câu cho trước.

문제 1

Em chào thầy ạ. Thầy có khỏe không ạ?

A. Chào em ạ. Thầy khỏe.

B. Chào em. Thầy khỏe, cảm ơn em.

C. Chào thầy, em cũng bình thường ạ.

문제 2

Chào anh Minh. Rất vui được gặp anh!

A. Cám ơn anh ạ.

B. Tôi cũng rất vui được gặp anh!

C. Rất vui được gặp anh Minh.

제4과

Tôi là nhân viên công ty Samsung ở Bắc Ninh.

나는 박닝에 있는 삼성 직원입니다.

학습 목표

- 베트남어로 이름, 국적 직업을 포함한 자기소개를 할 수 있다.

어휘 (Từ vựng)

tên	이름	khỏe	건강한
người	사람	nước	나라, 물
Hàn Quốc	한국	sống	살다, 거주하다
bây giờ	지금	ở	~에(있다)
làm	하다, 시키다	đâu	(의문사) 어디
nghề (nghiệp)	직업	vui	행복한, 즐거운
nhân viên	회사원, 직원	gặp	만나다
công ty	회사		

대화문 (Hội thoại)

1

Cô Nga: Chào anh!

응아 씨: 안녕하세요!

Anh Park: Chào cô. Tôi là Park Seonu. Cô tên là gì?

박 씨: 안녕하세요. 나는 박선우입니다. 당신은 이름이 무엇인가요?

Cô Nga: Tôi tên là Nga. Anh là người Hàn Quốc phải không?

응아 씨: 나는 응아입니다. 당신은 한국인이 맞으신가요?

Anh Park: Vâng, tôi là người Hàn Quốc.

박 씨: 네, 저는 한국인입니다.

2

Seonu: Em chào thầy ạ.

선우: 안녕하세요 선생님.

Thầy Nam: Chào em. Bây giờ em làm nghề gì?

남 선생님: 안녕. 현재 너의 직업은 뭐니?

Seoun: Dạ, em là nhân viên công ty Samsung ở Bắc Ninh. Dạo này thầy có khỏe không ạ?

선우: 네, 저는 박닝에 있는 삼성 직원입니다. 요즘 선생님은 잘 지내세요?

Thầy Nam: Thầy khỏe. Cám ơn em.

남 선생님: 나는 잘 지내지. 고마워.

3

Mina: Chào bạn! Mình tên là Kim Mina. Bạn tên là gì?

민아: 안녕! 나는 김민아라고 해. 너는 이름이 뭐니?

Hoa: Chào Mina! Mình tên là Trần Việt Hoa. Bạn là người nước nào?

화: 안녕 민아야! 나는 쩐 비엣 화야. 너는 어느 나라 사람이니?

Mina: Mình là người Hàn Quốc.

민아: 나는 한국인이야.

4

Hoa: Chào Dũng. Đây là Mina.

화: 안녕 중. 여기는 민아야.

Mina: Chào bạn. Rất vui được gặp bạn.

민아: 안녕. 만나서 정말 반가워.

Dũng: Chào Hoa, chào Mina. Mina là người nước nào?

중: 안녕 화, 안녕 민아. 민아는 어느 나라에서 왔어?

Mina: Mình là người Hàn Quốc. Rất vui được gặp bạn.

민아: 나는 한국에서 왔어. 만나서 정말 반가워.

문법 (Ngữ pháp)

1 이름 묻고 답하기 (~ tên là gì?)

Q: 2인칭 tên là gì?

A: 1인칭 tên là ~

Ví dụ

Q: Anh tên là gì? (형 이름이 뭐예요?)

A: Tôi tên là John. (내 이름은 존이야.)

2 국적 묻고 답하기 (~ là người nước nào?)

Q: 2인칭 là người nước nào?

A: 1인칭 là người ~.

Ví dụ

Q : Anh Tuấn là người nước nào? (뚜언형은 어느 나라 사람이에요?)

A : Anh Tuấn là người Việt Nam? (뚜언형은 베트남 사람입니다.)

3 직업 묻고 답하기 (~ làm nghề gì?)

Q: 2인칭 làm nghề gì?

A: 1인칭 là ~.

Ví dụ

Q : Chị Lan làm nghề gì? (란누나는 직업이 뭐예요?)

A : Chị là giáo viên. (나는 선생님이야.)

4 *phải không*을 사용하여 묻는 방법과 긍정, 부정의 대답
(Cách hỏi với *phải không*? và cách trả lời với câu phủ định và khẳng định.)

Q: 2인칭 là ~ phải không?

A: 1인칭 là ~ không phải là ~. (부정)

Ví dụ

Q: Anh là người Hàn Quốc phải không? (형은 한국인 맞아요?)

A: + Phải (Vâng), tôi là người Hàn Quốc. (응, 나는 한국인이야.)

\- Không, tôi không phải là người Hàn Quốc. (아니, 나는 한국인이 아니야.)

연습 (Luyện Tập)

* 다음 빈칸에 알맞은 단어를 넣으시오.

(Điền từ thích hợp vào chỗ trống dưới đây.)

1

Tôi tên _______ Mai. Tôi _______ người Việt Nam. Tôi _______ sinh viên.

2

_______ tên là John. _______ là người Anh. _______ là phóng viên.

3

Tôi _______ là Simizhư. Tôi là _______ Nhật Bản. Tôi đã nghỉ hưu.

4

Tôi tên _______ Anna. Tôi _______ người Úc.
Tôi đã nghỉ hưu.

5

Tôi _______ là Lee Junhee. _______ là người Hàn Quốc. Tôi _______ nhân viên công ty điện thoại.

6

Tôi tên _______ Lily. Tôi _______ người Mỹ.
Tôi _______ luật sư.

7

_______ tên _______ Henry. _______ là người Pháp. Tôi _______ giáo viên.

실용 회화 (Hội thoại thông dụng)

Nam:	Chào anh Hùng. Giới thiệu với anh, đây là Mina, đến từ Hàn Quốc.
남:	훙 씨, 안녕하세요? 소개해드릴게요. 여기는 한국에서 온 민아예요.
Anh Hùng:	Chào Nam, chào Mina. Rất vui được gặp em.
훙:	남 씨 안녕하세요, 안녕하세요 민아 씨. 만나서 반갑습니다.
Mina:	Em chào anh. Em cũng rất vui được gặp anh.
민아:	안녕하세요. 저도 만나 뵙게 되어 반갑습니다.
Anh Hùng:	Em là sinh viên phải không?
훙:	민아 씨는 대학생입니까?
Mina:	Vâng ạ. Em là sinh viên trao đổi.
민아:	네. 저는 교환 학생입니다.
Nam:	Mina đang học ở đại học Hà Nội.
남:	민아는 하노이 대학교에 다니고 있어요.
Anh Hùng:	Ồ! Thế à?
훙:	오! 그래요?
Mina:	Dạ. Anh làm nghề gì đấy ạ?
민아:	네. 무슨 일을 하고 계십니까?

Anh Hùng: Anh là nhân viên văn phòng. Anh đang làm việc ở công ty Samsung.

홍: 저는 회사원입니다. 삼성회사(Samsung)에서 일하고 있습니다.

FLEX 문제 (Luyện tập FLEX)

Hãy chọn một câu trả lời đúng.

문제 1

Chào bà, xin lỗi, bà tên là gì?

A. Chào cô, cháu tên là Cúc.

B. Tôi tên là bà Cúc.

C. Chào ông, tôi tên là Cúc.

문제 2

Xin lỗi, anh là người nước nào?

A. Tôi đến từ Thái Lan.

B. Tôi từ Thái Lan sang.

C. Tôi là người Thái Lan.

문제 3

Xin lỗi, chị làm nghề gì?

A. Tôi là người Nhật.

B. Tôi là nội trợ.

C. Tôi đang viết nhật ký.

문제 4

Xin lỗi, cô là người Việt Nam, phải không?

A. Vâng, tôi là người Việt Nam.

B. Vâng, tôi sống ở Việt Nam.

C. Vâng, tôi mới sang Việt Nam.

제5과

Tiếng Việt và tiếng Hàn khác nhau như thế nào?

베트남어와 한국어는 어떻게 다른가요?

학습 목표

• 베트남어로 기본 의문문을 통해 서로 묻고 답할 수 있다.

어휘 (Từ vựng)

đang	~하는 중이다(진행)	phát âm	발음
khó	어려운	hơi	약간
dễ	쉬운	hơn	~더(비교급)
thế nào	어떻니, 어떻게	ngữ pháp	어법, 문법
thú vị	재미있는, 즐거운	phức tạp	복잡한
được không	할 수 있습니까?	~ hay ~	~ 혹은 ~

대화문 (Hội thoại)

1

Minsu: Chào Hùng. Dạo này cậu đang học tiếng Hàn phải không?

민수: 안녕 훙. 요즘 너는 한국어 공부를 하고 있니?

Hùng: Ừ, tớ đang học tiếng Hàn.

훙: 응, 나는 한국어를 공부하고 있어.

Minsu : Tiếng Hàn có khó không?

민수: 한국어는 어렵니?

Hùng: Tiếng Hàn không khó lắm.

훙: 한국어는 어렵지 않아.

2

Lan: Dạo này cậu đang học gì?

란: 요즘 넌 무슨 공부해?

Mina: Mình đang học tiếng Việt.

민아: 난 베트남어를 공부하고 있어.

Lan: Tiếng Việt thế nào?

란: 베트남어는 어때?

Mina: Tiếng Việt rất thú vị nhưng phát âm hơi khó.

민아: 베트남어는 매우 재미있는데 발음이 조금 어려워.

3

Hoa: Chào anh. Rất vui được gặp anh.

화: 안녕하세요. 만나서 정말 반가워요.

Minsu: Chào em. Em có biết nói tiếng Hàn không?

민수: 안녕. 너는 한국어를 말할 줄 아니?

Hoa: Em biết nói một chút.

화: 저는 조금 알아요.

Minsu: Tiếng Hàn thế nào?

민수: 한국어는 어떠니?

Hoa: Tiếng Hàn khó lắm. Ngữ pháp tiếng Hàn rất phức tạp.

화: 한국어는 매우 어려워요. 한국어 문법은 매우 복잡해요.

문법 (Ngữ pháp)

1 기본의문문 (*có ~ không?*)

có~không? 구문은 의문문으로서 동사, 형용사를 서술어에 위치하여 함께 사용할 수 있다.

(Cấu trúc *có~không?* được sử dụng để hỏi, kết hợp với động từ hay tính từ đứng ở vị trí vị ngữ.)

Ví dụ	
Sử dụng với tính từ (형용사와 함께 쓰일 때)	Q: Chị có mệt không? (언니 피곤해요?) A: Có, tôi mệt. (응, 나는 피곤해.) Không, tôi không mệt. (아니, 난 피곤하지 않아.)
Sử dụng với động từ (동사와 함께 쓰일 때)	Q: Anh có ăn táo không? (형 사과 먹어요?) A: Có, tôi ăn táo. (응, 난 사과 먹어.) Không, tôi không ăn táo. (아니, 난 사과 안먹어.)

2 ~ *thế nào?* (*thế nào?* 의문문)

~ *thế nào?* 구문은 사물, 일상에 대한 성질, 성격에 대해 묻기 위해 사용된다.

(Cấu trúc ~*thế nào?* được sử dụng để hỏi về tính chất của sự vật, sự việc.)

Ví dụ

Áo Hanbok thế nào? (한복은 어때요?)	Áo Hanbok rất đẹp. (한복은 정말 예쁘네요.)
Anh ấy nói tiếng Việt thế nào? (그 형은 베트남어로 어떻게 말해요?)	Anh ấy nói tiếng Việt rất giỏi. (그 형은 베트남어로 말을 정말 잘해요.)

3 rất, quá, lắm 의 사용법 (Cách sử dụng *rất, quá, lắm*)

Rất, quá, lắm 은 정도를 나타내는 부사로서 감정을 나타내는 동사 및 형용사와 함께 쓰일 수 있다. (*Rất, quá, lắm* là các phó từ chỉ mức độ, dùng với tính từ và các động từ chỉ cảm xúc.)

*Rất, quá, lắm*의 위치는 서로 같지 않다. (Vị trí *của rất, quá, lắm* không giống nhau.)

rất + tính từ / động từ.

Ví dụ Chị ấy rất xinh. (그녀는 매우 아름답다.)

Anh rất yêu em. (나는 너를 사랑한다.)

tính từ / động từ + quá / lắm

Ví dụ Cái áo đẹp quá. (옷이 정말 예쁘다.)

Tôi thích xem phim lắm. (나는 영화감상을 정말 좋아한다.)

4 시간을 나타내는 부사 (Các phó từ chỉ thời gian)

베트남어에서 시간은 *đã, đang, sẽ*를 통해 나타낼 수 있다.

(Trong tiếng Việt, thời gian được thể hiện bằng các phó từ *đã, đang, sẽ*.)

1) *đã* 는 과거형에만 쓰인다. (*đã* chỉ quá khứ.)

Ví dụ Hôm qua em đã học bài.

Tuần trước tôi đã đưa cho anh ấy quyển sách này.

2) *đang* 은 현재에만 쓰인다. (*đang* chỉ hiện tại.)

Ví dụ Dạo này tôi đang học tiếng Việt.

Bây giờ, trời đang mưa.

3) *sẽ* 는 미래에만 쓰인다. (*sẽ* chỉ tương lai.)

Ví dụ Năm sau tôi sẽ đi Việt Nam.

Ngày mai tôi sẽ đi siêu thị.

연습 (Luyện Tập)

1 다음 문장을 *"~có ~không?"* 혹은 *"có phải ~ không?"* 사용하여 의문문으로 만드시오.
(Chuyển những câu sau sang câu hỏi sử dụng cấu trúc *"~có ~không?"* hoặc *"có phải ~ không?"*)

1) Tôi là sinh viên.

2) Anh ấy là người Mỹ.

3) Tiếng Việt rất thú vị.

4) Ngữ pháp tiếng Hàn rất phức tạp.

5) Anh Kim làm bài tập.

6) Anh Yoon đang ngủ.

2 *đã, đang, sẽ*을 사용하여 아래의 빈칸에 기입하시오.

(*Sử dụng đã, đang*, sẽ điền vào chỗ trống dưới đây.)

Hôm nay tôi _______ đi siêu thị. Tôi _______ mua hoa quả và đồ ăn. Bây giờ tôi _______ gọi điện cho bạn tôi. Ngày mai các bạn của tôi _______ đến nhà tôi. Chúng tôi _______ cùng nhau nấu ăn và trò chuyện.

3 다음 문장 중 틀린 것을 고르시오.

(Chọn câu sai trong số các câu sau.)

1) Tôi rất thích ăn phở Việt Nam.
2) Trời lạnh lắm, anh nhớ mặc thêm áo vào.
3) Cô ấy rất nói tiếng Anh giỏi.
4) Tôi rất hiểu anh ấy.

실용 회화 (Hội thoại thông dụng)

Chi: Cậu có biết nói tiếng Hàn không?

찌: 한국어를 할 줄 알아?

Linh: Tớ biết một chút.

링: 조금 알아.

Chi: Giỏi quá. Tiếng Hàn khó lắm.

찌: 대단하네. 한국어는 정말 어려운데.

Linh: Ừ khó lắm. Nhưng tiếng Việt cũng khó. Tiếng Việt có nhiều thanh điệu.

링: 응 정말 어려워. 근데 베트남어도 어렵잖아. 베트남어는 성조도 많아.

Chi: Các bạn Hàn Quốc nói là phát âm tiếng Việt khó chết đi được.

찌: 한국 친구들이 말하기를 베트남어 발음이 어려워서 죽겠다고 해.

FLEX 문제 (Luyện tập FLEX)

Chọn một câu sai ngữ pháp trong các câu sau.

문제 1

A. Anh có biết nói tiếng Việt không?

B. Anh biết nói tiếng Việt phải không?

C. Anh biết tiếng Việt không?

D. Anh biết tiếng Việt có không?

문제 2

A. Phở Việt Nam ngon quá

B. Phở Việt Nam ngon lắm

C. Phở Việt Nam không ngon lắm

D. Phở Việt Nam rất ngon quá

제6과

Cho tôi địa chỉ trụ sở chính của công ty Hàn Quốc.

저에게 한국회사의 본사 주소를 주세요.

학습 목표

• 베트남어로 장소와 수량을 묻고 답할 수 있다.

어휘 (Từ vựng)

bây giờ	지금	quận	군(행정단위)
ở	~에, ~에 있다	gần	가까운
địa chỉ	주소	trụ sở chính	본사, 본부
số	숫자, 번호, 번지수	công ty	회사
đường	길, 도로	văn phòng	사무실
tầng	층	nam	남쪽, 남자
nữ	여자	trẻ	젊은

대화문 (Hội thoại)

1

Lan: Chào anh Lee. Lâu lắm không gặp anh. Bây giờ anh ở đâu?

란: 안녕하세요. 오랜만이에요. 지금 오빠는 어디에 사세요?

Donguk: Chào em Lan. Bây giờ anh ở Tây Hồ.

동욱: 안녕. 나는 지금 떠이 호(서호)에 살아.

Lan: Địa chỉ của anh như thế nào?

란: 오빠 주소가 어떻게 되나요?

Donguk: Địa chỉ của anh ở số 46, đường Âu Cơ, quận Tây Hồ.

동욱: 주소는 떠이 호군, 어우 꺼 길 46번지야.

Lan: Ơ, em cũng ở đường Âu Cơ. Em ở số 60 đường Âu Cơ.

란: 아, 저도 어우 꺼 길에 살아요. 저는 어우 꺼 길 60번지예요.

Donguk: Ồ, gần quá. Chúng ta đều ở đường Âu Cơ.

동욱: 오, 정말 가깝네. 우리 모두 어우 꺼 길에 사는구나.

2

Hoa: Anh Seonu, anh đang làm việc ở đâu?

화: 선우 오빠, 오빠는 어디에서 일하고 있어요?

Seonu: Anh làm việc ở quận Nam Từ Liêm.

선우: 오빠는 남 뜨 리엠 군에서 일하고 있어.

Hoa: Anh cho em địa chỉ trụ sở chính của công ty anh.

화: 오빠 회사 본사 주소 좀 알려주세요.

Seonu: Địa chỉ trụ sở của công ty anh là tòa nhà Keangnam, quận Nam Từ Liêm.

선우: 회사 본사 주소는 남 뜨 리엠 군 경남 빌딩이야.

Hoa: Văn phòng của anh ở tầng mấy?

화: 오빠 사무실은 몇 층에 있어요?

Seonu: Văn phòng của anh ở tầng 9.

민수: 내 사무실은 9층에 있어.

Lan: Tòa nhà đó có mấy tầng ạ?

란: 그 건물은 총 몇 층이에요?

Minsoo: Tòa nhà đó có 72 tầng em ạ.

민수: 그 건물은 총 72층이야 얘야.

3

Jihun: Văn phòng của em có mấy người?

지훈: 너의 사무실에는 몇 명이 있어?

Nga: Văn phòng của em có 5 người ạ.

응아: 저의 사무실에는 5명이 있어요.

Jihun: Mấy nam, mấy nữ?

지훈: 남자가 몇 명, 여자 몇 명이야?

Nga: 3 nam, 2 nữ ạ.

응아: 남자가 3명, 여자가 2명이에요.

Jihun: Họ đều trẻ phải không?

지훈: 그들은 모두 젊지 않니?

Nga: Vâng, họ đều trẻ ạ.

응아: 네, 그들은 모두 젊어요.

문법 (Ngữ pháp)

1 의문사 ~ *ở đâu?* (~ *ở đâu?*)

1) 문장의 끝에 위치하며 사람/사물의 위치를 물을 때 사용한다

(Đứng ở cuối câu, hỏi về vị trí của người/vật.)

Ví dụ

Q	A
Q: Mẹ ở đâu? (어머님 어디세요?)	A: Mẹ ở nhà. (난 집에 있어.)
Q: Bến xe buýt ở đâu? (버스 정류장이 어디니?)	A: Bến xe buýt ở kia. (버스 정류장은 저기야.)

2) 문장 끝(혹은 동사 뒤)에 위치하며 한 행동의 일어나는 위치를 묻기 위해 사용한다.

(Đứng ở cuối câu (sau động từ) để hỏi về vị trí diễn ra của một hành động.)

Ví dụ

Q	A
Q: Bạn học ở đâu? (너는 어디서 공부하니?)	A: Tôi học ở trường A. (나는 A학교에서 공부해.)
Q: Chị làm việc ở đâu? (누나는 어디서 일해요?)	A: Tôi làm việc ở công ty B. (나는 B회사에서 일해.)

2 주소가 어떻게 됩니까? (Địa chỉ như thế nào?)

의문사 '어디'를 대신해서 사용될 수 있으며, 사람의 근무지, 거주지를 묻는 데에 사용된다

(Được dùng thay cho câu hỏi ở đâu đối với nơi ở/làm việc của người.)

Ví dụ

1) Q: Cậu sống ở đâu? (너는 어디사니?)

→ Địa chỉ nhà cậu như thế nào? (너의 집 주소는 어떻게 되니?)

2) Q: Cậu làm việc ở đâu? (너는 어디서 일하니?)

→ Địa chỉ cơ quan của cậu như thế nào? (너의 회사는 주소가 어떻게 되니?)

3 ~ *mấy* / ~ *bao nhiêu* + 명사 (~*mấy* / ~ *bao nhiêu* + danh từ)

수량을 묻기 위해 사용된다. *mấy* 는 (10이하의) 적은 수량을 묻기 위해, 그리고 *bao nhiêu* 는 (10이상의) 많은 수량을 묻기 위해 사용된다.

(Được sử dụng để hỏi về số lượng. *Mấy* được sử dụng để hỏi số lượng ít (dưới 10), và *bao nhiêu* được sử dụng để hỏi số lượng nhiều (trên 10))

Ví dụ		
	Q: Gia đình anh có mấy người? (형 가족은 몇 명이에요?)	A: Gia đình tôi có 4 người. (내 가족은 4명이야.)
	Q: Một năm có bao nhiêu tháng? (1년은 몇 개월이에요?)	A: Một năm có 12 tháng. (1년은 12개월이야.)

4 명사 + ~ *mấy* / ~ *bao nhiêu*? (danh từ ~ *mấy* / ~ *bao nhiêu*?)

문장 끝에 위치하며 사물의 서열, 순서를 묻는데 사용한다.

(Đứng cuối câu, hỏi về số thứ tự của một vật.)

Ví dụ		
	Q: Lớp học ở tầng mấy? (교실은 몇 층에 있니?)	A: Lớp học ở tầng 3. (교실은 3층에 있어요.)
	Q: Anh làm việc ở tầng mấy? (형은 몇 층에서 일해요?)	A: Tôi làm việc ở tầng 9. (나는 9층에서 일해.)

5 또한, 모두 (cũng, đều)

Ví dụ

1) Tôi là người Việt Nam. Chị ấy cũng là người Việt Nam.
Chúng tôi đều là người Việt Nam.
(나는 베트남 사람이다. 그녀 또한 베트남 사람이다. 우리는 모두 베트남 사람이다.)

2) Anh ấy 24 tuổi. Tôi cũng 24 tuổi. Chúng tôi đều 24 tuổi.
(그는 24살이다. 나도 또한 24살이다. 우리는 모두 24살이다)

6 1에서 100까지 세는 방법 (Cách đếm số từ 1 đến 100)

1: một	11: mười một	~
2: hai	12: mười hai	25: hai mươi lăm (nhăm)
3: ba	~	30: ba mươi
4: bốn	15: mười lăm	40: bốn mươi
5: năm	16: mười sáu	50: năm mươi
6: sáu	~	60: sáu mươi
7: bảy	20: hai mươi	70: bảy mươi
8: tám	21: hai mươi mốt	80: tám mươi
9: chín	23: hai mươi ba	90: chín mươi
10: mười	~	100: một trăm

* 15에서는 5가 năm 에서 lăm으로 바뀐다.
* 20부터는 10의 자리가 mười가 mươi로 바뀐다.
* 21부터는 1의 자리가 một에서 mốt으로 바뀐다.

연습 (Luyện Tập)

1 다음 질문에 답하시오. (Hãy trả lời những câu hỏi sau.)

1) Quê anh/chị ở đâu?

2) Chợ Bến Thành3 ở đâu?

3) Anh/chị học tiếng Việt ở đâu?

4) Anh/Chị là phóng viên phải không?

5) Đây là anh Hùng phải không?

2 *mấy, bao nhiêu* 를 사용하여 다음을 의문문으로 바꾸시오.
(Chuyển những câu sau sang câu hỏi sử dụng *mấy, bao nhiêu.*)

1) Một tuần có 7 ngày.

2) Công ty của chúng tôi có 100 người.

3) Lớp học của anh tôi có 23 người.

4) Gia đình tôi có 5 người.

5) Một năm có 12 tháng.

실용 회화 (Hội thoại thông dụng)

1 Linh: Cậu đang ở đâu đấy?
링: 너 어디에 있어?

Nga: Tớ đang ở thư viện. Có chuyện gì thế?
응아: 나 도서관에 있어. 무슨 일 있어?

Linh: Tớ cũng đang ở thư viện. Cậu ở tầng mấy?
링: 나도 도서관에 있는데. 너 몇 층에 있어?

Nga: Tầng 3.
응아: 3층이야.

Linh: Đợi tớ một tí, tớ lên bây giờ. Tớ đang ở tầng 2. Tớ có chuyện gấp phải gặp cậu.
잠깐만 기다려, 바로 올라갈게. 난 2층에 있어. 급한 일이 있어서 널 만나야 하거든.

2 Nam: Tình hình nhà cửa thế nào rồi? Bây giờ ở chỗ nào?
남: 집은 어때? 지금 어디에 살아?

Trung: Vẫn ở cùng bố mẹ thôi.
쭝: 부모님이랑 계속 같이 있지.

Nam: Cùng bố mẹ là chỗ nào?
남: 부모님이랑 어디 사는데?

Trung: Chỗ cũ. Gần chợ Mơ ấy.

쭝: 원래 살던 데잖아. 머 시장 근처야.

Nam: À, nhớ rồi. Thế thì cũng tiện. Nhưng định bám đuôi bố mẹ đến bao giờ?

남: 아, 생각 났어. 거기라면 편하지. 근데 언제까지 부모님 옆에 있으려고 그래?

Trung: Chưa biết. Khi nào đủ tiền thì ra ở riêng.

쭝: 아직 몰라. 돈을 충분히 벌면 따로 살려고.

FLEX 문제 (Luyện tập FLEX)

문제 1 Cách nói nào gần nghĩa nhất với phần được gạch chân?

Chị ấy chẳng bao giờ phải lo nghĩ, vì chị ấy có bao nhiêu tiền.

A. rất nhiều

B. nhiều

C. khá nhiều

D. không nhiều lắm

문제 2 Chọn một lời đáp thích hợp với câu hỏi.

Nhà chị ở tầng mấy trong tòa nhà này?

A. Nhà tôi ở có 3 tầng.

B. Tòa nhà này có 10 tầng.

C. Tôi ở tầng thượng.

D. Tôi không thích ở tòa nhà này.

제7과

Thời gian

시간

학습 목표

• 베트남어로 시간을 묻고 답할 수 있다.

어휘 (Từ vựng)

tuần	주	thời gian	시간
buổi	시간대, 타임	ăn tối	저녁식사를 하다
chăm chỉ	열심히	ăn trưa	점심식사를 하다
vào	(기간, 시간) ~에	bận	바쁜
họp	모이다	vẫn	여전히

대화문 (Hội thoại)

1

Hoa:	Anh Donguk đi đâu đấy?
화:	동욱 오빠 어디가요?
Donguk:	Tôi đi học tiếng Việt.
동욱:	나는 베트남어를 공부하러 가.
Hoa:	À! Anh Donguk học từ mấy giờ đến mấy giờ?
화:	아! 동욱오빠 몇 시부터 몇 시까지 공부해요?
Donguk:	Tôi học từ 8 giờ đến 11 giờ.
동욱:	나는 8시부터 11시까지 공부해.
Hoa:	Anh học một tuần mấy buổi? Vào thứ mấy?
화:	오빠는 1주일에 몇 회 수업해요? 무슨 요일인가요?
Donguk:	Tôi học một tuần 3 buổi, vào thứ hai, thứ tư và thứ sáu.
동욱:	나는 1주일에 3번, 월요일, 수요일 그리고 금요일에 공부해.
Hoa:	Anh học chăm chỉ quá.
화:	오빠는 정말 열심히 하시는 군요.

2

Minsu: Hôm nay em có thời gian không? Chúng ta đi ăn tối.

민수: 오늘 너 시간있어? 우리 저녁먹으러 가자.

Lan: Xin lỗi anh, hôm nay em bận.

란: 미안해요. 저는 오늘 바빠요.

Minsu: Bao giờ em có thời gian?

민수: 너는 언제 시간있니?

Lan: Ngày mai em có thời gian vào buổi trưa.

란: 내일 점심에는 시간 있어요.

Minsu: Thế ngày mai chúng ta đi ăn trưa. Chúng ta sẽ gặp nhau vào mấy giờ?

민수: 그러면 내일 우리 점심 먹으러 가자. 우리 몇 시에 만날까?

Lan: Sáng mai em học từ 8 giờ đến 11 giờ. Chúng ta sẽ gặp nhau lúc 11 rưỡi.

란: 저는 내일 오전 8시부터 11시까지 공부해요. 우리 11시 30분에 만나요.

Minsu: Còn buổi chiều, em có thời gian không? Chúng ta đi xem phim.

민수: 그럼 오후에는 시간 있니? 우리 영화보러 가자.

Lan: Xin lỗi anh, buổi chiều em cũng học từ 2 giờ đến 4 giờ.

란: 미안해요. 오후에는 또 2시부터 4시까지 공부해요.

Minsu: Ồ, ngày mai là thứ 7, em vẫn có việc.

민수: 아, 내일은 토요일인데, 여전히 일이 있구나.

Lan: Vâng, em bận lắm.

란: 네. 저는 정말 바빠요.

3

Dũng: Hôm nay là ngày bao nhiêu?

중: 오늘 며칠이야?

Donguk: Hôm nay là ngày 23 tháng 3.

동욱: 오늘 3월 23일이야.

Dũng: Hôm nay là thứ mấy?

중: 오늘은 무슨 요일이야?

Donguk: Hôm nay là thứ tư.

동욱: 오늘은 수요일이야.

Dũng: Sinh nhật của tớ là ngày 27 tháng 3, là chủ nhật đấy.

중: 내 생일이 3월 27일인데 일요일이네.

Donguk: A, thế à?

동욱: 아, 그래?

Dũng: Sinh nhật của cậu là ngày bao nhiêu?

중: 너의 생일은 며칠이니?

Donguk: Sinh nhật của tớ là ngày 19 tháng 9.

동욱: 내 생일은 9월 19일이야.

문법 (Ngữ pháp)

1 날짜에 대해 말하고 묻는 방법 (Cách nói và hỏi về ngày, tháng, năm)

1) 날짜를 말할 때 베트남인들은 보통 일/월/년의 순서로 말한다. 베트남인들은 또한 1일에서 10일 사이의 날짜를 말할 때, *mồng* 또는 *mùng* 이라는 말을 붙여서 말한다.

(Khi nói về ngày tháng, người Việt Nam thường nói theo trật tự: *ngày / tháng / năm*. Người Việt thường thêm *mồng* hoặc *mùng* trước những ngày từ 1 đến 10.)

Ví dụ

1 / 2/ 2017: Ngày mùng (mồng) một, tháng hai, năm hai nghìn không trăm mười bảy. (1일 초, 2월, 2017년)

11 / 11 / 1999: Ngày mười một, tháng mười một, năm một nghìn chín trăm chín mươi chín. (11일, 11월, 1999년)

2) 가까운 날을 표현하는 법 (Các từ có ý nghĩa thời gian chỉ ngày.)

그저께	어제	오늘	내일	모레
Hôm kia	Hôm qua	Hôm nay	Ngày mai	Ngày kia

3) 일주일은 7일이며, 각 서수를 포함하여 표현한다. (Một tuần có 7 ngày, gồm các thứ.)

월요일	Thứ hai	금요일	Thứ sáu
화요일	Thứ ba	토요일	Thứ bảy
수요일	Thứ tư	일요일	Chủ nhật
목요일	Thứ năm		

4) 요일을 묻기 위해 *thứ mấy* 의문문이 사용된다.

(Câu hỏi *thứ mấy* được dùng để hỏi về thứ trong tuần.)

Ví dụ

Q: Hôm nay là thứ mấy?
오늘은 무슨 요일이야?

A: Hôm nay là chủ nhật.
오늘은 일요일이야.

5) 1일에서 10일 사이의 *ngày mùng (mồng) mấy ?* 의문문이 사용된다.

(Câu hỏi *ngày mùng (mồng) mấy*? được dùng để hỏi cho các ngày từ 1 đến 10)

Ví dụ

Q: Hôm nay là ngày mùng mấy?
오늘은 며칠이야?

A: Hôm nay là ngày mùng 5.
오늘은 5일이야.

6) 10일 후의 날짜를 묻기 위해 *ngày bao nhiêu?* 의문문이 사용된다.

(Câu hỏi *ngày bao nhiêu?* được dùng để hỏi cho các ngày trên 10.)

Ví dụ

Q: Hôm nay là ngày bao nhiêu?
오늘은 며칠이야?

A: Hôm nay là ngày 19.
오늘은 19일이야.

7) 월(달)을 묻기 위해 *tháng mấy?* 의문문이 사용된다.

(Câu hỏi *tháng mấy?* được dùng để hỏi về tháng.)

Ví dụ

Q: Tháng này là tháng mấy?
이번 달은 몇 월달이야?

A: Tháng này là tháng 11.
이번 달은 11월이야.

8) 1년은 12달을 포함한다. (Một năm có mười hai tháng, gồm.)

1월	Tháng 1	7월	Tháng 7
2월	Tháng 2	8월	Tháng 8
3월	Tháng 3	9월	Tháng 9
4월	Tháng 4	10월	Tháng 10
5월	Tháng 5	11월	Tháng 11
6월	Tháng 6	12월	Tháng 12

9) 연도를 말할 때, 두 가지 방법을 사용한다. (Khi nói về năm, có thể dùng 2 cách.)

Cách 1 (chính thức) 방법 1(정식방법)	Đọc năm theo đúng cách đọc số 숫자를 읽는 방법 그대로 연도를 읽는다

Ví dụ — Ví dụ: 1999 – một nghìn chín trăm chín mươi chín (1천9백9십9)

Cách 2 (không chính thức) 방법 2(약식방법)	Đọc năm theo từng số có trong năm 연도에 나와있는 숫자만 순서에 맞게 읽는다.

Ví dụ — Ví dụ: 1999 – một chín chín chín. (일구구구)

10) 연도를 묻기 위해 *năm bao nhiêu?* 의문문이 사용된다.

(Câu hỏi *năm bao nhiêu?* được dùng để hỏi về năm.)

Ví dụ

Q: Năm nay là năm bao nhiêu?
올해는 몇 년도야?

A: Năm nay là năm 2016.
올해는 2016년이야.

2 시간에 대해 묻고 말하는 방법 (Cách nói và hỏi giờ)

1) 시간을 묻기 위해 베트남인들은 보통 *mấy giờ rồi* 또는 *bây giờ là mấy giờ?* 의문문을 사용한다.

(Để hỏi giờ, người Việt Nam sử dụng các câu hỏi *Mấy giờ rồi* hoặc *Bây giờ là mấy giờ?*)

Ví dụ

Q: Mấy giờ rồi? 몇 시인가요?	A: 8 giờ rồi. 8시입니다.
Q: Bây giờ là mấy giờ (rồi)? 지금은 몇 시인가요?	A: Bây giờ là 7 giờ (rồi). 지금은 7시입니다.

2) 시간 표현 방법 (Cách nói giờ)

4 giờ	12 giờ kém 5	8 giờ mười lăm	1 giờ rưỡi
4시	12시 5(분)전	8시 15(분)	1시 반
4 giờ đúng	12 giờ kém 5 phút	8 giờ mười lăm phút	1 giờ 30 phút
4시 정각	12시 5분전	8시 15분	1시 30분

3) 의문문과 대답문장에서 행동에 대한 시간을 묻기 위해서 시간앞에 *lúc*을 추가하여 표현한다. (Khi hỏi về thời gian của một hành động, trong câu hỏi và câu trả lời sẽ có thêm *lúc* trước thời gian.)

Ví dụ

Q: Anh đi làm lúc mấy giờ? 형은 일하러 몇 시에 가요?	A: Tôi đi làm lúc 8 giờ. 나는 8시에 일하러 가.

3 *bao giờ?*를 사용하여 묻는 방법 (Cách hỏi *bao giờ?*)

1) 미래 시간을 물을 때 베트남인들은 문두에 *bao giờ* 또는 *khi nào* 를 사용하여 묻는다.

(Khi hỏi về thời gian trong tương lai, người Việt sử dụng câu hỏi với *bao giờ* hoặc *khi nào* đứng ở đầu câu.)

Ví dụ

Q: Bao giờ anh đi thư viện? 형 언제 도서관 가세요?	A: Ngày mai anh đi thư viện. 나는 내일 도서관에 가.
Q: Khi nào chị đi du học? 누나 언제 유학 가세요?	A: Sang năm chị sẽ đi du học. 나는 내년에 유학 갈꺼야.

2) 과거 시간을 물을 때 베트남인들은 문미에 *bao giờ* 또는 *khi nào* 를 사용하여 묻는다.

(Khi hỏi về thời gian trong quá khứ, người Việt sử dụng câu hỏi với *bao giờ* hoặc *khi nào* đứng ở cuối câu.)

Ví dụ

Q: Anh đến Hà Nội bao giờ? 형은 언제 하노이 갔었어요?	A: Tôi đến Hà Nội tháng trước. 나는 지난달에 하노이 갔었어.
Q: Bạn xem phim này khi nào? 너는 이 영화 언제 봤어?	A: Tớ xem phim này hôm kia. 나는 그저께 이 영화를 봤어.

4 ~ *đi đâu?*로 묻는 방법 (Câu hỏi ~ *đi đâu?*)

~*đi đâu* 라는 의문문은 방향 또는 행동의 목적지를 묻기 위해 사용된다. ~ *đi đâu* 라는 문장의 대답은 *ra / vào / lên / xuống* (나가다/들어가다/오르다/내리다) 와 같은 단어와 함께 사용된다.

(Câu hỏi ~ *đi đâu* được dùng để hỏi về hướng hoặc đích của hành động. Câu trả lời cho câu hỏi ~ *đi đâu* đôi lúc được dùng với các từ *ra / vào / lên / xuống* (chỉ hướng của hành động).)

Ví dụ	
Anh đi đâu? (형 어디가요?)	A: Tôi đi siêu thị. (나는 마트에 가.) Tôi về nhà. (나는 집에 돌아가.) Tôi đi lên tầng 2. (나는 2층에 올라가.)
Chị đi đâu? (누나 어디가요?)	Tôi đi xuống tầng 1. (나는 1층에 내려가.) Tôi đi vào nhà. (나는 집에 들어가.) Tôi đi ra sân. (나는 마당으로 나가.)

5 *từ ~ đến ~* 구문 (*từ ~ đến ~*)

시간의 기간 또는 공간의 거리를 표현하기 위해 사용된다.

(Được sử dụng để nói về khoảng cách thời gian hoặc không gian.)

Ví dụ

Tôi học từ 8 giờ đến 11 giờ.
나는 8시부터 11시까지 공부한다.

Từ nhà tôi đến siêu thị khoảng 1km.
집에서 마트까지 약 1킬로미터 거리이다.

연습 (Luyện Tập)

1 *nữa*또는 *trước*을 사용하여 문장을 완성하시오.
(Hoàn thành các câu dưới đây sử dụng *nữa* hoặc *trước*.)

1) Bây giờ là 11 giờ. Nửa tiếng _________ là 11 rưỡi.

2) Bây giờ là 6 giờ kém 15. 15 phút _________ là 6 giờ đúng.

3) Bây giờ là 7 giờ 10. 10 phút ___________ là 7 giờ.

4) Bây giờ 2 giờ 30. 20 phút ___________ là giờ ra chơi.

5) Bây giờ là 1 giờ rưỡi. Nửa tiếng ___________ là giờ vào lớp.

6) Bây giờ là 9 giờ 20. 20 phút __________ là 9 giờ đúng.

7) 2 tiếng __________ là 10 giờ. Bây giờ là 12 giờ.

8) Nửa tiếng __________ là 1 giờ. Bây giờ là 12 giờ rưỡi.

2 다음 표에 나타난 시간을 보고 알맞은 칸에 ✓ 표시하시오.
(Xem thời gian ở bảng bên dưới và đánh dấu ✓ vào ô thích hợp.)

Bây giờ là mấy giờ?	Giờ _____ là mấy giờ?	Có kịp _____ không?	
		Kịp	Không kịp
	 xem phim		

Bây giờ là mấy giờ?	Giờ _____ là mấy giờ?	Có kịp _____ không?	
		Kịp	Không kịp
	 làm việc		
	 vào lớp		
	 họp		

3 *bao giờ*를 이용하여 다음 문장을 의문문으로 만드시오.
(Chuyển các câu sau sang câu hỏi sử dụng từ để hỏi *bao giờ*.)

1) Ngày mai, anh Lee về Hà Nội.

2) Anh Kim đi Hạ Long tháng trước.

3) Tôi đã đi Sapa năm ngoái.

4) Sang năm, anh Park sẽ đi Việt Nam.

5) Tuần sau, hai anh Jung định đi Huế.

6) Anh Oh đã đi Lào tuần trước.

실용 회화 (Hội thoại thông dụng)

Mina: Lan, đi đâu đấy?

민아: 란, 어디가?

Lan: Em đi làm. Em đang vội lắm. Đường tắc nên xe buýt chậm như rùa.

란: 일하러 가고 있어요. 너무 급한데 길이 막혀서 버스가 거북이처럼 느리게 가요.

Mina: Em muộn giờ à?

민아: 늦었어?

Lan: Vâng, muộn rồi.

란: 네, 늦었어요.

Mina: Mấy giờ em bắt đầu làm việc?

민아: 몇 시부터 일하니?

Lan: 8 giờ ạ.

란: 8시예요.

Mina: Ồ, bây giờ là 8 giờ 5 phút. Muộn rồi.

민아: 오, 지금 8시 5분인데. 늦었네.

Lan: Vâng. Ở Hàn Quốc mấy giờ bắt đầu làm việc ạ?

란: 네. 한국은 몇 시부터 일해요?

Mina: 9 giờ em ạ.

민아: 9시야.

FLEX 문제 (Luyện tập FLEX)

문제 1 Đọc đoạn hội thoại và trả lời câu hỏi.

A: Mấy giờ rồi?
B: Gần 2 giờ rồi.
A: Mấy giờ cậu đi học?
B: Khoảng 10 phút nữa.
A: Thế thì hơn 2 giờ rồi. Muộn rồi.
B: Không sao.

1.1. Theo đoạn hội thoại, có thể đoán câu nào sau đây là đúng?

A. Bây giờ là 2 giờ 5 phút

B. Bây giờ là 2 giờ kém 5 phút

1.2. Theo đoạn hội thoại, thái độ của B như thế nào với việc đi học muộn?

A. Không quan tâm

B. Sợ hãi

C. Lo lắng

D. Vui vẻ

문제 2 Chọn một cách nói đúng.

A. Hôm nay là ngày mười tư, tháng bốn, năm hai nghìn không trăm mười sáu.

B. Hôm qua là ngày ba mươi, tháng hai, năm hai nghìn không trăm mười sáu.

C. Hôm kia là thứ chủ nhật, ngày mười lăm, tháng mười hai, năm hai không mười sáu.

D. Ngày mai là ngày mùng bảy, tháng chín, năm hai không mười sáu

제8과

Chúng ta có thể mua gì ở chợ Bến Thành và chợ Namdaemun?

우리는 벤타잉 시장과 남대문 시장에서 무엇을 살 수 있나요?

학습 목표

• 베트남어의 종별사와 단위명사를 구분하여 사용할 수 있다.

어휘 (Từ vựng)

chợ	시장	đẹp	아름다운, 예쁜
lớn	큰, 넓은	thích	좋아하다
khách du lịch	여행객	mua	사다, 구매하다
yêu thích	좋아하다, 선호하다	nhân sâm	인삼
trang phục	복장, 스타일	đặc sản	특산, 특산물의
truyền thống	전통적인	hoa quả	과일, 과실
tươi	신선한	ngon	맛있는
đồ vật	물건, 도구	giảm giá	할인하다
hợp	적합하다, 어울리다		

대화문 (Hội thoại)

남대문 시장에서 (Ở chợ Namdaemun)

Ngọc: Chợ này lớn quá.

응옥: 이 시장은 정말 크네요.

Jihun: Đúng rồi. Chợ này rất lớn, và khách du lịch rất yêu thích chợ này.

지훈: 맞아요. 이 시장은 정말 커요. 그리고 여행객들이 이 시장을 정말 좋아해요.

Ngọc: Đây là cái gì, anh Jung?

응옥: 이것은 뭐예요, 정 씨?

Jihun: Đây là áo Hanbok, trang phục truyền thống của Hàn Quốc.

지훈: 이건 한복이에요. 한국 전통 복장이지요.

Ngọc: Thế à?

응옥: 그래요?

Jihun: Cái áo này thế nào?

지훈: 이 옷 어때요?

Ngọc: Rất đẹp anh ạ. Tôi rất thích. Tôi sẽ mua 1 cái. Thế kia là cái gì?

응옥: 매우 예뻐요. 나는 매우 좋아요. 이거 하나 사려고요. 그리고 저건 뭐예요?

Jihun: Kia là nhân sâm, là đặc sản của Hàn Quốc.

지훈: 저건 인삼이에요. 한국의 특산물이지요.

Ngọc: Đặc sản à? Thế tôi cũng mua nhân sâm.

응옥: 특산물이요? 그러면 저는 인삼도 더 살래요.

벤타잉 시장에서 (Ở chợ Bến Thành)

Jihun: Ở đây có nhiều hoa quả quá.

지훈: 여기는 과일이 정말 많네요.

Ngọc: Vâng. Hoa quả ở đây rất tươi và ngon.

응옥 : 네. 여기 과일은 정말 신선하고 맛있어요.

Jihun: Quả này là quả gì?

지훈: 이 과일은 무슨 과일이에요?

Ngọc: Quả này là quả thơm. Miền Bắc gọi là quả dứa.

응옥: 이 과일은 텀(파인애플)이에요. 북쪽에서는 즈어(파인애플)로 부르지요.

Jihun: Quả dứa này thế nào?

지훈: 이 파인애플은 어때요?

Ngọc: Quả dứa này rất tươi, ngon.

응옥: 이 파인애플은 정말 신선하고 맛있어요.

Jihun: Cái này là cái gì?

지훈: 이것은 무엇인가요?

Ngọc: Cái này là cái nón. Cái nón là đồ vật truyền thống của người Việt Nam.

응옥: 이것은 논이에요. 논은 베트남인들의 전통품이지요.

Jihun: Tôi muốn mua một cái nón.

지훈: 저 논 하나 사고 싶어요

Ngọc: Vâng. Chị ơi, cái nón này bao nhiêu tiền ạ?

응옥: 네. 여기요, 이 논 얼마예요?

마트에서 (Ở siêu thị)

Yujin: Hôm nay là ngày giảm giá, tớ muốn mua một đôi giày.

유진: 오늘은 세일하는 날이네요, 나는 신발 한 켤레를 사고 싶어요

Nga: Đôi giày này đẹp quá. Lee có muốn đi thử không?

응아: 이 신발 정말 예쁘네요. 리 한번 신어볼래요?

Yujin: Tớ không thích, tớ thích đôi giày kia. Đôi giày kia thế nào?

유진: 나는 별로예요. 나는 저 쪽이 더 예쁘네요. 저 신발 어때요?

Nga: Đôi giày đó đẹp, nhưng không hợp với cậu.

응아: 그 신발은 예쁜데 당신이랑 어울리진 않아요.

Yujin: Tiếc quá. Thế còn đôi này?

유진: 아쉽네요. 그러면 이건 어때요?

Nga: Được đấy!

응아: 좋네요!

문법 (Ngữ pháp)

1 종별사와 단위 명사 (개, 마리, 짝/대, 과일/둥근 것...)
(Danh từ chỉ đơn vị và từ loại (cái, con, chiếc, quả...)

1) Cái: đứng trước các danh từ chỉ sự vật (bất động) như cái nhà, cái bút, cái xe...

개: 사물(부동적인)명사 앞에 위치한다.

2) Con: đứng trước các danh từ chỉ con vật, như con mèo, con chó, con chim...

마리 : 동물명사 앞에 위치한다.

3) Quả: đứng trước các danh từ chỉ hoa quả, như quả táo, quả nho, quả lê...

과일 또는 둥근 것과 관련된 명사 앞에 위치한다.

4) Quyển: đứng trước danh từ chỉ các xuất bản phẩm, như quyển sách, quyển vở, quyển từ điển...

권 : 발행물, 서적과 관련된 명사 앞에 위치한다.

5) Bức: đứng trước các danh từ chỉ tranh, ảnh, như bức tranh, bức ảnh...

장/점 : 그림, 사진과 관련된 명사 앞에 위치한다.

6) Tờ: đứng trước các danh từ chỉ giấy (số lượng ít), như tờ giấy, tờ báo...

장: 종이와 관련된 명사 앞에 위치한다.

7) Chai: đứng trước các danh từ chỉ chai như chai bia, chai rượu, chai nước, chai dầu gội đầu...

병: 병과 관련된 명사 앞에 위치한다.

8) Đôi: đứng trước các danh từ chỉ một đôi gồm hai chiếc như đôi tất, đôi giầy, đôi dép

쌍: 두 짝을 포함한 한 쌍과 관련된 명사 앞에 위치한다.

9) Trang : đứng trước các danh từ chỉ trang của giấy như trang giấy, trang sách, trang báo, trang bìa

장: 종이의 낱장과 관련된 명사 앞에 위치한다.

cf 단위명사에만 사용되는 것들(종별사로 사용 불가능)

(Các từ có thể sử dụng danh từ đơn vị thôi. (không sử dụng như từ loại))

tấn (톤), kí (=cân, 킬로그램), gam (그램), cây (=ki-lô mét, 킬로미터)…

nắm(한줌), bó (한다발), đàn (떼)

Ví dụ 1 gam (1그램) , 2.5 cây (2.5 킬로미터), nắm cát (모래 한줌), bó hoa (꽃 한다발), đàn bò (소 떼)

2 단위명사와 종별사의 사용법 (Cách sử dụng của danh từ chỉ đơn vị và từ loại)

1) 단위와 관련된 명사들은 소단위 또는 구체적인 사물에 대해 말하기 원할 때 사용된다. 일반적으로 표현하는 명사(개수와는 무관) 앞에는 보통 사용하지 않는다.

(Danh từ chỉ đơn vị được sử dụng khi chúng ta muốn nói đến các sự vật cụ thể và riêng lẻ. Khi chúng ta muốn nói đến sự vật nói chung thì không sử dụng danh từ chỉ đơn vị.)

Ví dụ

Đây là cái bút chì. (이것은 연필이다.)

Cái bút chì này đẹp. (이 연필이 예쁘다)

Bút chì rất rẻ. (연필은 정말 싸다.)

Tôi có bút chì. (나는 연필을 가지고 있다.)

2) 그 외에, 단위명사는 개수(수) 뒤에 사용된다.

(Ngoài ra, danh từ chỉ đơn vị được sử dụng sau số đếm.)

Ví dụ

Tôi có 3 cái bút.	(không thể nói: Tôi có 3 bút.)
(나는 3개의 펜을 가지고 있다.)	(나는 3펜을 가지고 있다 (X))
Tôi mua 2 quyển vở.	(không thể nói: Tôi mua 2 vở).
(나는 2권의 공책을 샀다.)	(나는 2 공책을 샀다 (X))

3) 지시대명사 *이것, 저것, 그것, 그것*은 문두에서 사용된다. (Cách sử dụng *Đây, kia, đấy, đó* ở đầu câu)

Đây : 화자와 가까운 사물을 말할 때 사용된다. (*Đây*: chỉ sự vật gần với người nói.)

Ví dụ

Đây là cái nón. (이것은 논(모자)이다.)

Đây là quả dứa. (이것은 파인애플이다.)

Kia, đấy, đó : 화자와 멀리 떨어진 사물을 표현할 때 사용된다. (*Kia, đấy, đó*: chỉ sự vật xa người nói.)

Ví dụ

Kia là cái áo. (저것은 옷이다.)

Đấy là con chó. (그것은 개다.)

Đó là quả lê. (그것은 배다.)

4) 지시사 *này, kia, ấy, đó*는 명사 뒤에서 사용된다. (Cách sử dụng *này, kia, ấy, đó* sau danh từ)

Này : 화자와 가까운 사물을 표현할 때 사용된다. (*Này*: chỉ sự vật gần người nói.)

Ví dụ

Đây là cái nón. (이것은 모자이다.) Cái nón này đẹp. (이 모자는 예쁘다.)

Đây là quả dứa. (이것은 파인애플이다.) Quả dứa này ngon. (이 파인애플은 맛있다.)

Ấy, kia, đó : 화자와 먼 사물을 표현할 때 사용된다. (*Ấy, kia, đó*: chỉ sự vật xa người nói.)

Ví dụ

Đấy là cái bút. (그것은 펜이다.) Cái bút ấy cũ. (그 펜은 오래됐다.)

Đó là quyển từ điển. (그것은 사전이다.) Quyển từ điển đó dày. (그 사전은 두껍다.)

Kia là con mèo. (저것은 고양이다.) Con mèo kia béo. (저 고양이는 통통하다.)

3 ~ *cái gì?*, ~ *con gì?*, ~ *quả* 표현법 (Câu hỏi ~ *cái gì?*, ~ *con gì?*, ~ *quả gì?*)

1) ~ *cái gì?* 는 사물에 대해 묻기 위해 사용된다.

(Câu hỏi ~ *cái gì?* được sử dụng để hỏi về các sự vật.)

Ví dụ

Đây là cái gì? (이것은 무엇입니까?) Đây là cái bàn. (이것은 책상입니다.)

Kia là cái gì? (저것은 무엇입니까?) Kia là cái ghế. (저것은 의자입니다.)

2) ~ *con gì?* 는 동물에 대해 묻기 위해 사용된다.

(Câu hỏi ~ *con gì?* được sử dụng để hỏi về con vật.)

Ví dụ

Đó là con gì? (그것은 무슨 동물입니까?) Đó là con cá. (그것은 물고기입니다.)

Đấy là con gì? (그것은 무슨 동물입니까?) Đấy là con chim. (그것은 새입니다.)

3) ~ *quả gì?* 는 과일에 대해 묻기 위해 사용된다.

(Câu hỏi ~ *quả gì?* được sử dụng để hỏi về hoa quả.)

Ví dụ

Đây là quả gì? (이것은 무슨 과일입니까?) Đây là quả chuối. (이것은 바나나 입니다.)

Kia là quả gì? (저것은 무슨 과일입니까?) Kia là quả na. (저것은 '나' 입니다(커스터드애플))

연습 (Luyện Tập)

1 아래의 사진을 보고 질문과 답을 만드시오.
(xem các bức tranh dưới đây, đặt và trả lời câu hỏi.)

1 Q:

A:

2 Q:

A:

3 Q:

A:

4 Q:

A:

5 Q:

A:

6 Q:

A:

2 다음 단어에 알맞은 종별사를 넣으시오. (Điền từ loại vào các từ sau.)

_______ gừng	_______ dao	_______ quạt	_______ đường
_______ dưa hấu	_______ giấy	_______ xe	_______ hành
_______ kính	_______ đèn	_______ tay	_______ cà rốt
_______ tủ lạnh	_______ giường	_______ thảm	_______ khoai
_______ hoa	_______ bia	_______ sữa	_______ tường

3 다음 빈칸에 알맞은 종별사를 넣으시오. (필요한 경우)

(Điền từ loại vào các chỗ trống dưới đây (nếu cần thiết)

1)

Đây là _______ dao. _______ dao này của anh tôi. _______ dao này rất sắc. Tôi muốn mua 3 _______ dao, vì tôi không có _______ dao nào. Chị tôi cũng không có _______ dao. Ở chợ có rất nhiều dao, giá khoảng 10,000 đồng một _______.

2)

Tôi thích ăn _______ nho. _______ nho rất ngọt và ngon. Nhưng _______ nho rất đắt. Ở chợ, _______ nho giá 100,000 đồng 1 cân.

3)

Đây là _______ dừa. _______ dừa này rất ngon. Nước dừa rất ngọt. Tôi đã mua 5 _______ dừa. Ở đây, dừa giá 10,000 đồng 1 _______.

4 주어진 단어를 이용하여 예시와 같은 문장을 만드시오.
(Sử dụng các từ cho sẵn để hoàn thành câu như ví dụ bên dưới.)

Q: Chị ấy là người thế nào?
A: Chị ấy là người thông minh và vui tính.

1) Chị Hoa / khó tính

2) Em Lan / ít nói

3) Cô Mai / tốt bụng

4) Bạn Trang / tự tin

5) Con gái tôi / tình cảm

실용 회화 (Hội thoại thông dụng)

❶ Suji: Tớ vừa mua cái đồng hồ này. Đẹp không?

수지: 얼마 전에 이 시계를 샀어. 예뻐?

Hoa: Đẹp quá. Cậu mua ở đâu đấy?

화: 진짜 예쁘다. 어디서 샀어?

Suji: Tớ mua ở chợ Bến Thành. Mặc cả mãi.

수지: 벤타잉 시장에서 샀어. 계속 깎아 달라고 했거든.

Hoa: Có bị chém không đấy?

화: 바가지 씌였어?

Suji: Chắc là không. Tớ mua nửa giá họ nói thách thôi.

수지: 아닌 것 같아. 반값으로 샀어. 그 사람이 에누리를 했을 뿐이었어.

❷ Mina: Tớ định mua cái ví để tặng sinh nhật bạn. Theo cậu thì tớ nên mua ở đâu?

민아: 친구 생일에 지갑을 선물해주려고 하는데 어디에서 사면 좋을까?

Lan: Cậu vào trung tâm thương mại mua đi.

란: 백화점에 가서 사면 돼.

Mina: Đắt lắm.

민아: 거기는 너무 비싸잖아.

Lan: Chẳng nhẽ cậu định mua ở chợ trời à?

란: 그럼 벼룩시장에서 살 거야?

Mina: Không. Nhưng trong trung tâm thương mại toàn là đồ hiệu, đắt quá. Thế tớ không tặng ví nữa. Tớ tặng hoa thôi.

민아: 아니. 근데 백화점에는 다 명품이라서 너무 비싸. 그러면 난 지갑 말고 꽃을 선물할 거야.

FLEX 문제 (Luyện tập FLEX)

문제 1 Chọn một danh từ chỉ đơn vị trong các từ sau đây để điền vào chỗ trống.

cái	*con*	*quả*	*(không cần)*

Nhà tôi có nhiều cây và con vật. Nhà tôi có 3 ____________ gà, 2 ____________ mèo, và 1 ____________ chó. Trong vườn nhà tôi có rất nhiều ____________ cây: cây cam, cây xoài, cây táo, cây ổi⋯ Hàng ngày, tôi ăn ____________ táo, uống nước ____________ cam, và mang vài ____________ ổi cho hàng xóm. ____________ ổi rất ngon và hàng xóm rất thích. Tôi thích chơi bóng đá, nên trong nhà có 3 ____________ bóng.

문제 2 Đọc đoạn văn và chọn câu hỏi đúng cho đoạn văn.

> Đây là con mèo. Nó rất béo. Tôi gọi con mèo này là Mimi. Mimi thích ăn xoài. Mimi không thích ăn táo.

A. Mimi là cái gì?

B. Con mèo kia béo phải không?

C. Mimi thích ăn gì?

D. Mèo gọi là gì?

제9과

Gọi điện thoại – Chị có thể cho tôi số điện thoại ở Việt Nam và Hàn Quốc được không?

전화걸기 - 당신 저에게 한국과 베트남 전화번호를 주실 수 있나요?

학습 목표

• 베트남어의 전화 표현을 학습할 수 있다.

어휘 (Từ vựng)

trưởng phòng	실장, 팀장	reo	울리다, 파업하다
kinh doanh	경영	nhấc	들어올리다, 옮기다
số điện thoại	전화번호	nghe	듣다, 받다
di động	이동, 휴대할 수 있는	nhắn	알리다, 메모를 남기다
số điện thoại di động	핸드폰번호	đợi	기다리다
xong	마치다	hợp đồng	계약서, 계약
công việc	업무, 일	gửi	보내다, 발신하다

대화문 (Hội thoại)

1

Tuấn: Chào cô, tôi muốn gặp ông Jung Jihun, trưởng phòng kinh doanh.

뚜언: 안녕하세요, 경영팀 팀장 정지훈씨를 만나고 싶습니다.

Linh: Xin lỗi anh, ông Jung đã về Hàn Quốc rồi ạ.

링: 죄송합니다, 정팀장님은 한국으로 귀국하셨습니다.

Tuấn: Cô có thể cho tôi số điện thoại ở Hàn Quốc của ông Jung được không?

뚜언: 저에게 정팀장님 한국 번호를 주실 수 있으신가요?

Linh: Được ạ. Số điện thoại của ông Jung ở Hàn Quốc là 02-938-5678.

링: 가능합니다. 정팀장님 한국 전화번호는 02-938-5678입니다.

Tuấn: Còn số điện thoại di động của ông Jung ở Việt Nam là bao nhiêu?

뚜언: 정 팀장님 베트남 휴대전화 번호는 무엇입니까?

Linh: Dạ, là 09138421234.

링: 네, 09148321234입니다.

Tuấn: Cảm ơn cô.

뚜언: 감사합니다.

2 쑤언 썬 회사의 전화가 울리고 응아가 전화를 받았다.

(Điện thoại reo trong công ty Xuân Sơn. Chị Nga nhấc máy.)

Chị Nga: Alô, công ty Xuân Sơn xin nghe.

응아: 여보세요, 쑤언 썬 회사입니다.

Tuấn: Alô, chào chị, chị cho gặp chị Ngọc ạ?

뚜언: 안녕하세요, 응옥씨를 좀 바꿔주실 수 있으신가요?

Chị Nga: Xin lỗi anh, chị Ngọc không có ở đây. Anh có nhắn gì chị Ngọc không?

응아: 죄송합니다, 지금 응옥씨는 여기 없습니다. 응옥씨께 남길 말씀이 있으신가요?

Tuấn: Tôi ở công ty Ban Mai, cần gặp chị Ngọc gấp. Chị có số điện thoại di động của chị Ngọc không?

뚜언: 저는 반 마이 회사입니다. 응옥씨와 급하게 통화해야 해서요. 응옥씨의 휴대전화 번호가 있으신가요?

Chị Nga: À, anh đợi một chút nhé. Số di động của chị Ngọc đây: 0992222999.

응아: 잠시만 기다려주십시오. 응옥씨의 휴대전화 번호는 0992222999입니다.

Tuấn: Cảm ơn chị. Chào chị.

뚜언: 감사합니다. 안녕히 계십시오.

응옥씨의 휴대전화가 울린다. (Điện thoại di động của chị Ngọc reo.)

Ngọc: Alô? Tôi nghe.

응옥: 여보세요? 전화 받았습니다.

Tuấn: Alô? Chị Ngọc đấy phải không ạ?

뚜언: 여보세요? 응옥씨 맞으신가요?

Ngọc: Vâng, tôi Ngọc đây.

응옥: 네, 제가 응옥입니다.

Tuấn: Chào chị Ngọc, tôi là Tuấn ở công ty Ban Mai. Chị đã làm xong hợp đồng chưa ạ?

뚜언: 응옥씨 안녕하세요, 저는 반 마이 회사의 뚜언입니다. 계약서 작성은 완료하셨는지요?

Ngọc: À! Tôi đã làm xong rồi. Chiều nay tôi sẽ gặp anh nhé.

응옥: 아! 완료했습니다. 오늘 오후에 당신을 뵙겠습니다.

Tuấn: Tốt quá, cảm ơn chị. Hẹn gặp chị chiều nay. Chào chị.

뚜언: 좋습니다, 감사합니다. 오늘 오후에 봅시다. 안녕히 계세요.

Ngọc: Vâng, chào anh.

응옥: 네. 안녕히 계세요.

3

Người nghe: Alô?

수신자: 여보세요?

Người gọi: Alô? Đây có phải là số điện thoại của anh Minh không ạ?

발신자: 여보세요? 거기 밍씨 전화 맞나요?

Người nghe: Vâng, tôi Minh đây.

수신자: 네, 제가 밍입니다.

Người gọi: Chào anh Minh, tôi Park đây. Anh cho tôi địa chỉ email của anh được không?
Tôi cần gửi cho anh một e-mail công việc.

발신자: 안녕하세요, 밍씨. 저는 박입니다. 저에게 당신의 메일주소를 줄 수 있으신지요?
제가 업무관련 메일 한 통을 당신에게 보내야 해서요.

Người nghe: À vâng. Địa chỉ email của tôi là minhvn12@gmail.com.

수신자: 네. 저의 이메일 주소는 minhvn12@gmail.com입니다.

Người gọi: minhvn12@gmail.com.

발신자: minhvn12@gmail.com.

Người nghe: Đúng rồi.

수신자: 맞습니다.

Người gọi: Vâng, tôi gửi ngay bây giờ.

발신자: 네, 지금 바로 보내겠습니다.

문법 (Ngữ pháp)

1 이메일, 전화번호를 묻는 방법 (Cách hỏi số điện thoại, email)

1) 전화 번호를 묻는 방법 (Cách hỏi số điện thoại)

Ví dụ

Q: 1) Số điện thoại của chị là bao nhiêu?
당신 전화번호는 몇 번이에요?
2) Điện thoại của chị số bao nhiêu?
당신 전화는 번호가 뭐예요?

*Chị cho tôi số điện thoại của chị được không?
나에게 당신 전화번호를 줄 수 있나요?

A: Số điện thoại của tôi là….
내 전화번호는 ...

2) 이메일 주소를 묻는 방법 (Cách hỏi địa chỉ email)

Ví dụ

Q: 1) Địa chỉ email của chị là gì?
당신 메일주소가 뭐예요?
2) Email chị là gì?
당신 메일은 뭐예요?

A: Email tôi là 123@gmail.com
내 메일은 123@gmail.com입니다

*Ghi chú: @ đọc là a còng. (tiếng miền Nam gọi là a móc.)
주석 : @ 는 '아 꽁' 이라고 읽는다. (남부지역 사투리는 '아 목'으로 부른다.)

2 ~ *đã* ~ *chưa* ? 구문 (Cấu trúc ~ *đã* ~ *chưa* ?)

1) 위 구문은 일어난 일 또는 아직 일어나지 않은 행동에 대해 묻기 위해 사용된다. *đã* 는 종종 생략되기도 한다.

(Được sử dụng để hỏi về một hành động đã xảy ra hay chưa xảy ra. Từ *đã* đôi khi có thể bỏ đi được.)

Ví dụ

Q	A
Q: Anh đã ăn cơm chưa? 당신 식사 했어요?	A: + Rồi, tôi đã ăn cơm rồi. 네, 먹었습니다. - Chưa, tôi chưa ăn cơm. 아뇨, 아직 안 먹었습니다.
Q: Em xem phim này chưa? 너는 이 영화 봤어?	A: + Em xem rồi. 봤습니다. - Em chưa xem. 아직 못봤습니다.
Q: Anh có số điện thoại của em chưa? 형 제 전화번호 있으세요?	A: + Anh có rồi. 나는 있어. - Anh chưa có. 나 아직 없어.

2) 구어체에서 *chưa*라는 문장에 대해 대답할 때 *đâu* 라는 어휘를 문미에 추가할 수 있다.

(부정의 강조) (Trong khẩu ngữ, khi trả lời *chưa* làm một việc gì đó, có thể thêm từ *đâu* ở cuối câu (chưa···đâu).)

Ví dụ

Q	A
Q: Em đã nấu cơm chưa? 너 요리 다했어?	A: Em chưa nấu đâu. 저 아직 안했어요.
Q: Thế anh đã rửa bát chưa? 그러면 형 그릇을 다 씻었어요?	A: Chưa đâu. 아직.

3 *xong* 사용 방법 (Cách dùng từ *xong*)

xong 는 동사 뒤에 위치하며(보어 또는 동사) 한 행동이 완전히 끝마쳤음을 표현하기 위해 사용된다. 대답문에서 *rồi* 라는 단어와 함께 *xong* 가 사용되기도 한다.

(Từ *xong* đứng sau động từ (hoặc bổ ngữ của động từ) để chỉ một hành động đã được hoàn thành. Trong các câu trả lời, từ *rồi* thường được sử dụng kết hợp với *xong*.)

Ví dụ

Q	A
Q: Em làm việc xong chưa? 너 일 다했어?	A: Em làm xong rồi. 저 일 다했어요.
Q: Bạn làm bài tập xong chưa? 너 숙제 다했어?	A: Tớ đã làm nhưng chưa xong. 나 했는데 아직 마치지 못했어.

4 ~ *có thể* ~ *được* ? 구문 (Cấu trúc *có thể* ~ *được*)

1) 이 구문은 *có thể động từ được*의 형태로 사용된다. 하지만 *có thể* 또는 *được*만 사용해도 무관하다.

(Cấu trúc này được sử dụng với dạng đầy đủ *có thể động từ được*. Nhưng đôi khi, chỉ cần sử dụng *có thể* hoặc *được* là đủ.)

Ví dụ

Tôi có thể bơi được.
나는 수영할 수 있다.

Tôi có thể bơi.
나는 수영할 수 있다.

Tôi bơi được.
나는 수영할 수 있다.

2) *Được*은 동사 뒤 또는 보어 뒤에 위치할 수 있다.

(*Được* có thể đi sau động từ chính hoặc đi sau bổ ngữ.)

Ví dụ

John nói được tiếng Việt.
존은 베트남어를 말할 수 있다.

John nói tiếng Việt được.
존은 베트남어를 말할 수 있다.

3) 부정형태는 *không thể ~ được, không ~ được* 이다.

(Dạng phủ định là *không thể ~ được, không ~ được.*)

Ví dụ

Em không thể đi ăn tối với anh được vì em bận học.
저는 공부가 바빠서 형이랑 저녁을 먹을 수 없어요.

Tôi không cho số điện thoại được vì tôi không biết anh.
나는 당신을 몰라서 전화번호를 줄 수 없어요.

4) 의문형태는 *có thể ~ được không?* 이나 *~ được không*? 이다.

(Câu hỏi: *có thể ~ được không*? hoặc *~ được không*?)

Ví dụ

Chị có thể cho tôi số điện thoại của anh Jung được không?
당신 나에게 정형 전화번호를 줄 수 있나요?

Được, chị chờ một chút nhé.
가능해요, 당신 잠깐 기다리세요.

Tôi ngồi ở đây được không?
나 여기 앉아도 돼?

Không được, ở đây có người ngồi rồi.
안돼, 여기는 사람이 있어.

5 *nhé* 사용방법 (구어체에서 사용됨) (Cách dùng từ *nhé* (dùng trong khẩu ngữ))

*nhé*는 문미에 위치하며 상대방으로 하여금 가벼운 제의를 하거나 원하는 의견을 강조하는 성격을 지니게 해주는 어미사이다.

(*Nhé* đứng ở cuối câu để chỉ một sự đề nghị nhẹ nhàng hoặc thể hiện ý mong chờ sự đồng tình từ phía người nghe)

Ví dụ

Hôm nay em đi xem phim với anh nhé.
오늘 너 나랑 영화보러 가자.

Chị chờ một chút nhé.
당신 잠깐 기다리세요.

Bây giờ mình đi nhé.
지금 저 가요.

연습 (Luyện Tập)

1 아래의 그림을 보고 đã ~ chưa 구문을 사용하여 질문과 답을 만드시오.
(Xem các bức tranh dưới dây, sử dụng cấu trúc đã ~ chưa để đặt câu hỏi và trả lời.)

Ví dụ	
Cô Dương đã đến lớp chưa?	Chưa, cô Dương chưa đến lớp
	Rồi, cô Dương đến lớp rồi

đánh răng

rửa mặt

ăn sáng

đi làm

nấu cơm

Làm bài tập

đi ngủ

2 아래의 질문에 답하시오. (Hãy trả lời câu hỏi dưới đây.)

1) Anh/Chị đã lập gia đình chưa?

2) Anh/Chị đã có con chưa?

3) Con anh/chị đã đi học chưa?

4) Trước khi học tiếng Việt ở đây, anh/chị đã đi du lịch Việt Nam chưa?

5) Lúc 7 giờ sáng, anh/chị đã dậy chưa?

3 *có thể, được, không ~ được, không thể ~ được* 을 사용하여 아래의 빈칸에 기입하시오.

(Điền vào chỗ trống sử dụng *có thể, được, không ~ được, không thể ~ được.*)

1) Hôm qua, tôi không đi học ______ vì tôi mệt.

2) Chị ấy ______ nói tiếng Nga______, nhưng _____ dịch_____ bài báo này vì tiếng Nga của chị ấy còn kém lắm.

3) Anh _____ uống rượu ở đây ______ vì đây là lớp học.

4) Chị mua giúp tôi một quyển từ điển ______ không?

5) Bà ấy _____ đến đây _____ vì bà ấy rất bận.

실용 회화 (Hội thoại thông dụng)

1 Dũng: Minsu, số điện thoại của cậu làm sao mà không gọi được thế. Toàn ngoài vùng phủ sóng.

중: 민수, 네 전화번호가 왠지 연락이 안 되네. 계속 연결이 안 되는 지역이라고 나왔어.

Minsu: À, tớ đổi số điện thoại lâu rồi mà.

민수: 어, 전화번호를 바꾼 지 꽤 됐는데.

Dũng: Ôi, thảo nào. Thế số mới là bao nhiêu?

중: 오, 그렇구나. 새로운 번호가 뭐야?

Minsu: 0903402204.

민수: 0903402204.

Dũng: Ok. Tớ lưu vào rồi. Có gì liên lạc sau nhé.

중: 오케이. 저장했어. 나중에 연락하자.

Minsu: Ừ, có gì cứ gọi nhé.

민수: 그래, 일이 있으면 연락해.

……………

Dũng: Tớ lại không gọi được cho cậu. Tuần trước gọi lại tắt máy. Cậu đổi số nữa à?

중: 또 연락 안 됐어. 지난주 전화해 봤는데 또 꺼져 있었어. 번호를 또 바꾼 거니?

Minsu: À, tớ về Hàn Quốc mấy ngày.

민수: 아, 한국에 며칠동안 들어갔어.

Dũng: Sao cậu không dùng dịch vụ chuyển vùng quốc tế?

중: 왜 국제통화지역으로 안 바꿨어?

Minsu Đắt lắm··· Với lại không cần thiết vì có ít người liên lạc với tớ.

민수: 너무 비싸서··· 그리고 그렇게 필요하지 않을 것 같아, 나한테 연락한 사람이 별로 없어서.

Dũng: Thế cậu cho tớ số ở Hàn Quốc của cậu đi.

중: 그러면 네 한국 전화번호를 줘봐.

Minsu: Ừ. 010111222. Cậu nhớ thêm +82 vào đầu nhé, đấy là mã quốc gia.

민수: 그래. 010111222. 앞에 +82 꼭 붙여야 돼. 그건 지역 번호야.

Dũng: Dịch vụ điện thoại ở Hàn Quốc có rẻ không?

중: 한국은 전화요금이 싸?

Minsu: Nếu cậu mua điện thoại kèm theo gói thuê bao thì rẻ lắm, còn nếu mua riêng thì đắt.

민수: 전화기랑 요금제를 같이 구입하면 싼데 따로 사면 많이 비싸지.

Dũng: Không giống ở Việt Nam nhỉ. Cước điện thoại ở Việt Nam rẻ hơn.

중: 베트남과 다르네. 베트남 전화요금이 (한국보다) 싸.

2 Minji: Này, cậu làm xong bài tập tiếng Việt chưa?

민지: 야, 너 베트남어 과제 다 했어?

Linh: Chưa, xong làm sao được mà xong. Khó kinh khủng.

링: 아직, 끝내기는 어떻게 끝내. 엄청 어려워.

Minji: Tớ cũng thế. Chắc không kịp nộp cho cô rồi.

민지: 나도 그래. 선생님에게 제때 낼 수 없을 것 같아.

Linh: Tớ không làm được đâu. Khó quá. Thôi nói với cô để cô thương vậy?

링: 나는 도저히 할 수 없을 것 같아. 정말 어려워. 그럼 선생님에게 좀 봐달라고 부탁드려볼까?

Minji: Cậu nói nhé.

민지: 네가 얘기해봐.

Linh: Không, cậu nói đi.

링: 아니, 네가 얘기해.

Minji: Cậu đề nghị mà.

민지: 네가 먼저 말했잖아.

Linh: Tớ đề nghị chứ có bảo là tớ sẽ làm đâu.

링: 내가 말만 했지 하겠다고는 하지 않았어.

FLEX 문제 (Luyện tập FLEX)

Đọc hội thoại sau và trả lời câu hỏi.

Liên: A lô, công ty ABC xin nghe.
Anh Park: A lô, chị làm ơn cho hỏi, anh Choi đã đến công ty chưa ạ?
Liên: Dạ anh Choi về Hàn Quốc rồi ạ.
Anh Park: Tôi muốn liên lạc với anh Choi thì làm thế nào?
Liên: Dạ, anh có thể viết email hoặc gọi điện thoại cho anh ấy ạ.
Anh Park: Tôi không có số Hàn Quốc của anh ấy.
Liên: Vậy thì xin lỗi anh, tôi cũng không có.
Anh Park: Cho tôi địa chỉ email.
Liên: Anh cũng không có email của anh Park ạ? Xin lỗi anh, tôi không được cho email của người khác.

문제 1 Theo hội thoại, thông tin nào là KHÔNG đúng?

A. Bây giờ anh Choi không ở Việt Nam

B. Anh Park là người gọi, chị Liên là người nghe

C. Chị Liên không biết số điện thoại Hàn Quốc của anh Choi

D. Anh Park sẽ liên lạc với anh Choi qua email

문제 2 Mục đích của anh Park là gì?

A. Nói chuyện với anh Choi

B. Xin số điện thoại của anh Choi

C. Hỏi cách liên lạc với anh Choi

D. Hỏi thăm anh Choi

제10과

Diện tích của Việt Nam lớn hơn Hàn Quốc.

베트남의 면적은 한국보다 크다.

학습 목표

• 베트남어로 비교급, 최상급을 표현할 수 있다.

어휘 (Từ vựng)

đi thăm	방문하다	dễ	쉬운
phố cổ	구시가지	tiện	편리한
thú vị	재미있는, 즐거운	đông	붐비는(사람이)
nhỏ	작은	nếp	찹쌀
tẻ	멥쌀	hạnh phúc	행복한
cao	높은	thấp	낮은

대화문 (Hội thoại)

민아와 란은 하노이 구시가지를 구경하고 있다.
(Mina và Lan đang đi thăm phố cổ Hà Nội.)

Mina: Phố cổ Hà Nội thú vị quá. Nhưng phố cổ hơi nhỏ, phải không?

민아: 하노이 구시가지는 정말 재밌네. 그런데 구시가지가 약간 작지 않아?

Lan: Ừ, phố cổ hơi nhỏ. Vì phố cổ nhỏ nên đi mua sắm rất dễ.

란: 응. 구시가지는 약간 작어. 구시가지가 작기 때문에 쇼핑하기엔 매우 쉽지.

Mina: Ở Hàn Quốc, các khu mua sắm thường rất lớn, lớn hơn ở Hà Nội. Và ở Hàn Quốc, có nhiều khu mua sắm hơn ở Hà Nội.

민아: 한국에서는 보통 쇼핑하는 곳들이 하노이보다는 정말 커. 그리고 한국은 하노이보다 쇼핑하는 곳이 많기도 하지.

Lan: Thế à? Thế thì thích quá nhỉ?

란: 아 그래? 그러면 좋지 않아?

Mina: Ừ. Vì các khu mua sắm lớn nên mua đồ rất tiện. Nhưng Hà Nội rộng hơn Seoul. Và diện tích Việt Nam lớn hơn Hàn Quốc.

민아: 응. 쇼핑지구가 많아서 쇼핑하기에 정말 편리해. 그런데 하노이는 서울보다 크고 베트남 면적은 한국 면적보다는 더 크네.

Lan: Việt Nam cũng đông dân hơn Hàn Quốc. Việt Nam đông người quá, và Hà Nội là một trong những thành phố đông dân nhất.

란: 베트남은 또한 한국보다 더 붐비기도 하지. 베트남은 정말 붐비고 하노이는 특히 나 가장 붐비는 도시 중 하나야.

Mina: Mình không thích đông người.

민아: 나는 사람 많은 게 싫어.

Lan: Các thành phố lớn thường đông người. Seoul không đông người à?

란: 각 대도시들은 보통 사람이 많지. 서울은 안 붐벼?

Mina: Seoul cũng đông người. Nhưng không đông bằng Hà Nội.

민아: 서울도 붐비지. 그런데 하노이만큼 붐비지는 않아.

지훈이 응옥에게 지훈의 가족사진을 보여주고 있다.
(Jihun đưa Ngọc xem ảnh gia đình của Jihun.)

Jihun: Xin giới thiệu với cô, đây là gia đình của tôi.

지훈: 당신에게 소개할게요. 이건 저의 가족입니다.

Ngọc: Ồ, gia đình của anh à? Anh có cả con trai lẫn con gái, đủ cả nếp và tẻ, hạnh phúc quá.

응옥: 오, 당신의 가족이요? 당신은 아들 딸 전부 다 있네요. 마치 멥쌀과 찹쌀에 풍족하듯 정말 행복하군요.

Jihun: Cảm ơn cô.

지훈: 감사합니다.

Ngọc: Các con anh cao quá.

응옥: 자녀들이 정말 크군요.

Jihun: Vâng, con trai tôi cao hơn tôi. Còn con gái tôi cao bằng tôi. Vợ tôi thấp nhất.

지훈: 네. 제 아들은 저보다도 큽니다. 한편 딸은 저랑 똑같지요. 제 아내가 가장 키가 작아요.

Ngọc: Các con anh năm nay bao nhiêu tuổi?

응옥: 자녀들이 올해 몇 살이지요?

Jihun: Con trai 19 tuổi, con gái 17 tuổi.

지훈: 아들은 19세, 딸은 17세입니다.

Ngọc: Con trai anh bằng tuổi con gái tôi. Con trai tôi ít tuổi hơn cả. Năm nay cháu 10 tuổi.

응옥: 아들이 제 딸과 나이가 같군요. 제 아들은 가장 어리네요. 올해 그 애는 10살입니다.

Jihun: Cô cũng đủ cả nếp và tẻ, hạnh phúc quá.

지훈: 당신 또한 찹쌀과 맵쌀이 풍족하듯 정말 행복하군요.

Ngọc: Cảm ơn anh.

응옥: 감사합니다.

* - diên tích Hà Nội: 3,329 ㎢

- diên tích Seoul: 605.2 ㎢

문법 (Ngữ pháp)

1 비교구문 (So sánh)

베트남어에서 비교와 관련된 단어는 형용사와 동사 뒤에 위치하며 한 명제에 대해 비교를 표현하기 위해 사용된다.

(Các từ so sánh trong tiếng Việt đứng sau các tính từ và động từ chỉ cảm xúc để thể hiện một mệnh đề so sánh.)

1) *Bằng*은 사람 또는 사물의 물리적인 성질이 동등함을 표현하기 위해 사용된다.

(*Bằng* được sử dụng để so sánh các tính chất vật lí của người và vật.)

Ví dụ

1) Quyển sách này dày bằng quyển sách kia.
이 책은 저 책만큼 두껍다.

2) Con gái tôi cao bằng tôi.
내 딸은 나와 키가 똑같다.

2) *Như*는 사람 또는 물건의 본질적 특성에 대해 성질 또는 특징을 동등비교하기 위해 사용된다. (*Như* được sử dụng để so sánh các đặc điểm, phẩm chất của những đặc tính bên trong của người và vật.)

Ví dụ

1) Kẹo ngọt như đường.
사탕은 설탕처럼 달다.

2) Bài tập hôm nay khó như bài tập hôm qua.
오늘 숙제는 어제 숙제만큼 어렵다.

3) Con gái cô ấy xinh như mẹ.
그녀의 딸은 어머니처럼 예쁘다.

3) *Hơn*은 두 사람 또는 두 물건 사이를 비교하기 위한 상황에서 사용된다.

(*Hơn* được sử dụng trong mọi trường hợp về so sánh giữa hai người hoặc vật.)

Ví dụ

1) Anh ấy nhiều tuổi hơn tôi.
   그 형은 나보다 나이가 많다.

2) Táo đắt hơn lê.
   사과가 배보다 비싸다.

3) Tôi nấu ăn giỏi hơn cô ấy.
   나는 그녀보다 요리를 더 잘한다.

4) *Nhất, hơn cả* 는 세 명 또는 세 개 이상의 사물에서의 최상급을 표현하기 위해 사용된다.

(*Nhất, hơn cả* được sử dụng trong so sánh giữa 3 người / vật trở lên.)

Ví dụ

1) Trong nhà tôi, bố tôi cao nhất.
   우리 집에는 아버지가 키가 가장 크다.

2) Trong nhà tôi, bố tôi cao hơn cả.
   우리 집에는 아버지가 키가 가장 크다.

hơn hết 는 앞서 나온 최상급과 동일한 의미를 지니지만 비교적 덜 사용된다.

(Từ *hơn hết* cũng được sử dụng với ý nghĩa giống *nhất, hơn cả* nhưng ít dùng hơn.)

Ví dụ

1) Tôi thích ăn cơm hơn hết.
   나는 밥을 가장 좋아한다.

2 *Vì ~ nên ~* 구문 (Cấu trúc *Vì ~ nên ~*)

1) *Vì ~ nên ~* 은 원인과 결과를 나타내는 구문이다.

(*Vì ~ nên ~* là một cấu trúc chỉ nguyên nhân – kết quả.)

'Vì 원인 명제 nên 결과 명제'의 형태이다.

(Vì mệnh đề chỉ nguyên nhân nên mệnh đề chỉ kết quả.)

Ví dụ

1) Vì anh ấy thức khuya nên anh ấy dậy muộn.
그 형은 밤을 새웠기 때문에 늦게 일어났다.

2) Anh ấy thức khuya nên anh ấy dậy muộn.
그 형은 밤을 새워서 늦게 일어났다.

3) Anh ấy dậy muộn vì anh ấy thức khuya
그 형은 늦게 일어났다 밤을 새웠기 때문에

2) 만약 원인과 결과 두 문장의 주어가 같을 경우, 한 문장의 주어를 생략할 수 있다.

(Nếu hai mệnh đề nguyên nhân và kết quả có cùng chủ ngữ, thì chủ ngữ của một mệnh đề có thể được lược bỏ.)

Ví dụ

Vì chị ấy chăm chỉ nên chị ấy học giỏi.
그녀는 열심히 했기 때문에 공부를 잘한다.

→ Vì chăm chỉ nên chị ấy học giỏi.
열심히 했기 때문에 그녀는 공부를 잘한다.

3 문장 끝 *nhỉ* 사용법 (Cách dùng từ *nhỉ* ở cuối câu.)

*nhỉ*는 문장 끝에 위치하며 청자로 하여금 동질감을 느끼게 하여 의견의 동의를 구하기 위한 뉘앙스를 나타내기 위해 사용된다.

(*Nhỉ* đứng cuối câu, thường được dùng khi người nói mong đợi một phản hồi mang ý đồng tình từ người nghe.)

Ví dụ

Q: Hà Nội đông người nhỉ? 하노이는 붐비니?	A: Vâng, Hà Nội rất đông người. 응, 하노이는 정말 붐벼.
Q: Món này ngon quá, Mira nhỉ? 이 음식 정말 맛있지. 미라야?	A: Ừ, ngon quá. 응, 정말 맛있어.

4 *nhiều, đông, ít, vắng* 사용법 (Cách dùng các từ *nhiều, đông, ít, vắng*)

1) 각 단어 *nhiều, đông, ít, vắng* 은 명사 앞에 사용되며 일정한 수량을 표현하기 위해 사용된다. (Các từ *nhiều, đông, ít, vắng* đứng trước danh từ để thể hiện một số lượng nhất định.)

2) nhiều, ít은 사람과 사물 모두에게 사용가능하다. *đông, vắng*은 사람에게만 사용가능하다.

(*Nhiều*, ít được dùng để chỉ cả người và vật. Còn *đông, vắng* chỉ được sử dụng để chỉ người.)

Ví dụ

Hôm nay thư viện rất nhiều người.
오늘 도서관에 정말 사람이 많다.

Hôm nay thư viện rất đông người.
오늘 도서관은 정말 사람이 붐빈다.

Hôm nay thư viện rất ít người.
오늘 도서관은 정말 사람이 적다.

Hôm nay thư viện rất vắng người.
오늘 도서관은 정말 사람이 한산하다.

Ví dụ

Trong phòng có rất nhiều bàn ghế.
방에는 책걸상이 정말 많이 있다.

Trong phòng có rất đông bàn ghế (-).
방에는 책걸상이 정말 많이 있다. (X)

Trong phòng có rất ít bàn ghế.
방에는 책걸상이 정말 적게 있다.

Trong phòng có rất vắng bàn ghế (-).
방에는 책걸상이 정말 적게 있다.(X)

5 *cả ~ lẫn~ 의 구문 (Cấu trúc cả ~ lẫn~ (= cả ~ và ~))*

cả ~ lẫn ~ 구문은 và와 같은 의미를 지니지만, 두 단어를 강조하기 위해 사용된다. *cả ~ lẫn ~* 이 주어로 사용될 경우 *đều*와 함께 사용된다.

(*cả ~ lẫn ~* có ý nghĩa liên kết (giống như từ và) nhưng được sử dụng trong trường hợp cần nhấn mạnh cả hai yếu tố được nhắc đến. Khi *cả ~ lẫn ~* làm chủ ngữ, thì thường kết hợp với từ *đều*)

Ví dụ

Cả anh ấy lẫn tôi đều thích xem phim. 그 형과 나는 모두 영화관람을 좋아한다.	(Cả anh ấy và tôi đều thích xem phim.) 그 형과 나는 모두 영화관람을 좋아한다.
Tôi muốn đi cả Anh lẫn Pháp. 나는 영국과 프랑스 모두 가기를 원한다.	(Tôi muốn đi cả Anh và Pháp.) 나는 영국과 프랑스 모두 가기를 원한다.
Anh ấy có cả con trai lẫn con gái. 그 형은 아들과 딸이 모두 있다.	(Anh ấy có cả con trai và con gái.) 그 형은 아들과 딸이 모두 있다.
Tôi biết cả đá bóng lẫn đá cầu. 나는 축구와 제기차기를 모두 할 줄 안다.	(Tôi biết cả đá bóng và đá cầu.) 나는 축구와 제기차기를 모두 할 줄 안다.

연습 (Luyện Tập)

1 다음 예시와 같이 작문하시오. (Hãy thực hành theo mẫu dưới đây.)

mẫu 1 Anh Nam cao hơn tôi ⇒ Tôi không cao bằng anh Nam

1) Anh Nam béo hơn tôi.

2) Anh Nam học giỏi hơn tôi.

3) Anh Nam giàu hơn tôi.

4) Tôi thích leo núi hơn anh Nam.

5) Tôi hát hay hơn anh Nam.

mẫu 2 Tôi cao 1m70. Anh Nam cao 1m75

⇒ Anh Nam cao hơn tôi 5 cm

⇒ Tôi thấp hơn anh Nam 5 cm

1) Tôi nặng 65kg. Anh Nam nặng 70kg.

2) Hoa hồng giá 3000đ/bông. Hoa sen giá 2000đ/bông.

3) Trong 1 tuần, công ty Samsung được nghỉ 2 ngày, công ty ABC được nghỉ 1 ngày.

4) Nhà này có 15 tầng. Nhà kia có 30 tầng.

5) Tôi đến lớp lúc 9 giờ kém 10. Anh ấy đến lớp lúc 9 giờ.

2 다음 주어진 단어를 사용하여 예시와 같이 문장을 완성하시오.
(Sử dụng các từ cho sẵn để hoàn thành câu.)

mẫu 1 học tiếng Việt / muốn nghiên cứu về Việt Nam
→ Tôi muốn nghiên cứu về Việt Nam nên học tiếng Việt.

1) học tiếng Anh / sẽ làm việc ở Anh

2) không đi làm / bị cảm

3) không đi chơi / bận

4) nghỉ học / trời mưa to

5) đến Thái Lan / học lịch sử Thái Lan

mẫu 2 mua / từ điển Việt – Hàn, từ điển Hàn – Việt
Tôi mua cả từ điển Việt – Hàn lẫn từ điển Hàn – Việt

1) mua / báo / tạp chí

2) học / tiếng Hàn / tiếng Nhật

3) làm / nem rán / phở bò

4) mua / táo / nho

5) chơi / bóng đá / bóng rổ

실용 회화 (Hội thoại thông dụng)

1 Donguk: Đã có điểm cuối kì chưa?
동욱: 기말고사 점수 나왔어?

Hùng: Có rồi. Tớ bét lớp.
훙: 나왔어. 난 꼴등이야.

Donguk: Thật không? Tớ thế nào?
동욱: 진짜? 나는 어때?

Hùng: Nhìn lên không bằng ai, nhìn xuống không ai bằng mình.
훙: 높지도 않고 낮지도 않아.

Donguk: Tức là tớ ở giữa lớp hả? Thế ai điểm cao nhất?
동욱: 그럼 중간이야? 점수가 제일 높은 사람은 누구야?

Hùng: Lớp trưởng đỉnh nhất.
훙: 반장이 짱이지.

Donguk: Không có gì thay đổi nhỉ.
동욱: 다를게 없네.

2 Suji: Cuối tuần này có ngày hội văn hóa Việt Hàn đấy. Cậu có tham gia không?
수지: 이번 주말에 한국문화축제가 있는데 너는 갈거야?

Hoa: Đông người lắm, tớ không đi đâu.
화: 사람이 매우 많을거야, 난 안 갈래.

Suji: Đi đi! Cả tớ và Eunji đều đi.

수지: 가자! 나랑 은지랑 다 같이 갈 건데.

Hoa: Thế à? Có gì hay không?

화: 그래? 재미있는 건 있어?

Suji: Nhiều thứ hay. Có biểu diễn nghệ thuật hai nước Hàn Việt này, có ẩm thực Hàn Quốc và Việt Nam này, và có rất nhiều đồ lưu niệm của hai nước.

수지: 많지. 한-베 예술공연도 있고, 한-베 음식도 있고, 그리고 두 나라의 기념품까지 다 있어.

Hoa: Thế để tớ nghĩ đã.

화: 생각해볼게.

Suji: Quyết nhanh lên, không đi thì tớ còn rủ người khác.

수지: 빨리 정해, 너 안 가면 우리 다른 사람이랑 가려고해.

FLEX 문제 (Luyện tập FLEX)

문제 1 Chọn một cách nói đồng nghĩa với câu cho trước.

Tôi cao hơn chị Han.

A. Chị Han cao bằng tôi.

B. Chị Han không cao bằng tôi.

C. Tôi không cao bằng chị Han.

D. Tôi và chị Han không cao hơn nhau.

Không ai chạy nhanh bằng anh ấy.

A. Mọi người đều chạy nhanh hơn anh ấy.

B. Mọi người đều chạy chậm hơn anh ấy.

C. Mọi người đều không chạy.

D. Anh ấy chạy chậm nhất.

문제 2 Đọc đoạn văn sau và trả lời câu hỏi.

Trong lớp tôi, bạn Hoa học giỏi hơn bạn Hiền. Bạn Hiền học giỏi hơn bạn Nga. Bạn Nga học tốt hơn bạn Thắng. Bạn Thắng học không bằng bạn Dũng. Bạn Dũng học kém bạn Sơn. Bạn Sơn học như bạn Trang. Bạn Trang học không bằng bạn Nga.

Trong lớp, bạn nào học giỏi nhất?

A. Bạn Thắng

B. Bạn Hoa

C. Bạn Nga

D. Bạn Sơn

문제 3 Trong các nhận định sau, nhận định nào đúng?

A. Trong 3 người Hiền, Thắng, Nga, bạn Nga học giỏi nhất

B. Trong 3 người Thắng, Dũng, Trang, bạn Trang học giỏi nhất

C. Trong 4 người Hiền, Sơn, Nga, Thắng, bạn Sơn học kém nhất

D. Trong 3 người Trang, Nga, Hiền, bạn Nga học giỏi nhất

제11과

Làm thế nào để đặt phòng khách sạn tại Việt Nam?

베트남 호텔을 예약하려면 어떻게 해야하나요?

학습 목표

• 베트남어로 가격을 묻고 답할 수 있다.

어휘 (Từ vựng)

khách sạn	호텔	tiêu chuẩn	기준, 표준
đặt phòng	예약하다	hạng sang	고급의
nghĩa	의미	bao gồm	포함하다
phòng đơn	싱글룸	giờ cao điểm	교통체증시간
mùa cao điểm	성수기	quên mất	잊어버리다
phòng đôi	트윈(더블)룸	thỏa mãn	만족하다
chứng minh thư	증명서	hộ chiếu	여권
thủ tục nhận phòng	입실수속		

대화문 (Hội thoại)

1

Lễ tân: Alo, khách sạn Thiên Tân xin nghe.

안내원: 여보세요. 티엔 떤 호텔입니다.

Khách: Alo, tôi muốn đặt phòng.

손님: 안녕하세요. 저는 방을 예약하고 싶습니다.

Lễ tân: Vâng ạ. Anh muốn đặt phòng vào thời gian nào ạ?

안내원: 네 어느시간에 예약하시길 원하시나요?

Khách: Từ ngày 19 đến ngày 22 tháng 4.

손님: 4월 19일부터 22일까지입니다.

Lễ tân: Nghĩa là 3 đêm phải không ạ? Anh muốn phòng đơn hay phòng đôi ạ?

안내원: 즉 3일 맞으시죠? 싱글룸을 원하시나요 트윈룸을 원하시나요?

Khách: Phòng đôi.

손님: 트윈룸입니다.

Lễ tân: Anh muốn phòng tiêu chuẩn hay phòng hạng sang ạ?

안내원: 당신은 스탠다드를 원하시나요 디럭스를 원하시나요?

Khách: Phòng tiêu chuẩn giá bao nhiêu tiền?

손님: 스탠다드는 얼마지요?

Lễ tân: Dạ phòng tiêu chuẩn giá 800.000 một đêm, đã bao gồm ăn sáng ạ.

안내원: 네. 스탠다드는 하루에 80만동이고 조식이 포함되어있습니다.

Khách: Vì sao giá phòng đắt thế?

손님: 방이 왜 그렇게 비싸죠?

Lễ tân: Dạ bây giờ đang là mùa cao điểm nên giá cao hơn một chút anh ạ.

안내원: 네, 지금은 성수기라 가격이 조금 더 비쌉니다.

Khách: Tôi muốn phòng tiêu chuẩn.

손님: 스탠다드를 원합니다.

Lễ tân: Dạ vâng, 1 phòng đôi tiêu chuẩn. Loại 2 giường đơn hay 1 giường đôi ạ?

안내원: 네, 스탠다드 트윈룸 1실입니다. 싱글침대 2개를 원하시나요 아니면 1개의 더블 침대를 원하시나요?

Khách: Loại 1 giường đôi nhé.

손님: 1개의 더블침대입니다.

Lễ tân: Dạ vâng. Anh cho xin tên và số điện thoại ạ.

안내원: 네. 이름과 전화번호를 알려주십시오.

Khách: Tôi là Henry Percy, số điện thoại 0999000999.

손님: 이름은 헨리 퍼시이고, 전화번호는 0999000999입니다.

Lễ tân: Dạ, cảm ơn anh ạ. Anh vui lòng mang chứng minh thư hoặc hộ chiếu đến làm thủ tục nhận phòng (check in) ạ. Thời gian nhận phòng là 2 giờ chiều và thời gian trả phòng là 12 giờ trưa.

안내원: 네 감사합니다. 실례지만 신분 증명 또는 여권을 입실 수속을 위해 가져오시길 부탁드립니다. 입실 시간은 오후 2시이며 퇴실시간은 낮 12시 입니다.

Khách: Vâng, cảm ơn cô.

손님: 네, 감사합니다.

2

Lễ tân: Chào anh, em giúp gì được cho anh ạ?

안내원: 안녕하세요. 제가 무엇을 도와드릴까요?

Khách: Tôi là Nguyễn Nam Cường, tôi đã đặt phòng khách sạn trước.

손님: 저는 응우옌 남 끄엉 입니다. 이전에 호텔방을 예약하였습니다.

Lễ tân: Anh vui lòng cho em mượn chứng minh thư hoặc hộ chiếu ạ?

안내원: 잠시 증명서 또는 여권을 저에게 빌려주실 수 있으신가요?

Khách: Tôi quên mất cả hai rồi.

손님: 제가 두 가지를 다 잊어버렸습니다.

Lễ tân: Dạ, em xin lỗi, nhưng chúng em cần xem giấy tờ để làm thủ tục nhận phòng ạ.

안내원: 네, 실례합니다만, 입실 수속을 위해서는 증명서를 확인해야 합니다.

Khách: Giấy phép lái xe được không?

손님: 운전면허증은 가능한가요?

Lễ tân: Dạ được ạ.

안내원: 가능합니다.

Khách: Nhưng tôi phải dùng giấy phép lái xe để lái xe trong thành phố.

손님: 그런데 저 운전면허증은 시내에서 운전하기 위해 꼭 써야합니다.

Lễ tân: Dạ, em sẽ photo một bản rồi trả anh ạ.

안내원: 네, 한 부 복사 후 드리겠습니다.

3

Nga: Tháng sau, tôi sẽ đi du lịch Hàn Quốc.

응아: 저 다음달에 한국여행가요.

Eunha: Chị đi một mình hay đi với bạn?

은하: 당신 혼자 가나요 아니면 친구랑 같이 가나요?

Nga: Tôi đi một mình. Tôi mua được vé máy bay giá rẻ.

응아: 혼자 갑니다. 제가 비행기표를 싸게 구할 수 있었거든요.

Eunha: Chị đã đặt khách sạn chưa?

은하: 호텔은 예약했나요?

Nga: Chưa, tôi chưa biết đặt khách sạn ở Hàn Quốc như thế nào.

응아: 아직요. 저는 한국에서 호텔예약을 어떻게 해야하는지 아직 모릅니다.

Eunha: Chị nên lên mạng, vào các trang agoda.com hoặc booking.com để tìm khách sạn. Giá ở đó cũng rẻ hơn nhiều.

은하: 인터넷에 접속하고 agoda.com 페이지나 booking.com 페이지로 들어가 호텔을 검색하세요. 그곳이 가격 또한 더 저렴합니다.

Nga: Thế à? Cảm ơn chị.

응아: 아 그래요? 감사합니다.

문법 (Ngữ pháp)

1 *hay, hoặc* 사용법 (Cách sử dụng *hay, hoặc*)

1) *hay* 는 선택적 의문문에 사용된다.

(*Hay* được sử dụng trong câu hỏi lựa chọn.)

Ví dụ

Anh muốn phòng đơn hay phòng đôi? 당신은 싱글룸을 원하시나요 아니면 트윈룸인가요?	Tôi muốn phòng đôi. 트윈룸입니다.
Bây giờ em học bài hay xem phim? 지금 너 숙제하니 아니면 영화보니?	Em xem phim. 저 영화봐요.
Chị ấy cao hơn hay con gái chị ấy cao hơn? 그녀가 더 크니 아니면 그녀의 딸이 더 크니?	Con gái chị ấy cao hơn. 그녀의 딸이 더 큽니다.

2) *hoặc* 은 평서문에서 사용된다.

(*Hoặc* sử dụng trong câu khẳng định lựa chọn.)

Ví dụ

Tôi rất thích ở nhà nghe nhạc hoặc đọc sách vào cuối tuần.
나는 주말에 집에서 음악을 듣거나 책을 읽는 것을 정말 좋아한다.

Ngày mai chị ấy có thể sẽ đi chợ hoặc siêu thị.
내일 그녀는 시장이나 마트를 갈 수 있을 것이다.

2 가격을 묻는 법 (Cách hỏi giá tiền)

가격을 묻기 위해 베트남인들은 ~ *(giá) bao nhiêu*?라는 구문을 가장 보편적으로 사용한다. 그 외에 다음과 같은 구문들도 있다. (Để hỏi giá tiền, người Việt sử dụng cấu trúc ~ *(giá) bao nhiêu*? là phổ biến nhất. Ngoài ra còn có các cấu trúc như sau.)

Ví dụ

Phòng đôi giá bao nhiêu tiền? 트윈룸은 얼마입니까?	Phòng đôi giá 800 nghìn một đêm. 트윈룸은 하룻밤에 80만동 입니다.
Táo bao nhiêu tiền một cân? 사과 1킬로그램에 얼마죠?	Táo 80 nghìn một cân. 사과 1킬로그램에 8만동입니다.
Bao nhiêu quyển sách này? 이 책은 얼마죠?	20 nghìn quyển sách này. 이 책은 2만동입니다.

* 구어체에서 *bao tiền*?과 같이 물을 수도 있다.(Trong khẩu ngữ, có thể hỏi *bao tiền*?)

Ví dụ

Bao tiền một cốc cà phê? 커피 한 잔 얼마죠?	Dạ, 10 nghìn ạ. 네, 1만동입니다.

3 *Vì sao* 구문 사용법 (Cách sử dụng cấu trúc *Vì sao*)

*Vì sao / Tại sao / Sao*는 행동의 원인을 묻기 위해 문두에 사용한다. 대답 구문으로는 *Vì, Bởi vì, Tại vì*를 문두에 사용하여 표현할 수 있다.

(*Vì sao / Tại sao / Sao* đứng ở đầu câu hỏi về nguyên nhân của hành động. Câu trả lời được bắt đầu bằng Vì, Bởi vì, Tại vì.)

Ví dụ

Vì sao em đến lớp muộn? 너 왜 수업에 늦었니?	Vì em bị tắc đường ạ. 길이 막혔기 때문입니다.
Sao hôm nay anh ấy không đến? 오늘 왜 그가 안왔니?	Bởi vì anh ấy ốm. 그가 아프기 때문입니다.
Tại sao em không làm bài tập? 너는 숙제를 왜 안했니?	Tại vì bài tập khó quá ạ. 숙제가 너무 어려워서요.

4 *A rồi B* 구문 사용법 (Cách sử dụng cấu trúc *A rồi B*)

A rồi B 구문은 두 가지의 서로 연속된 행동을 표현하는데 사용하며 A 행동을 하고나서 곧 바로 B행동을 하는 것을 나타낸다. (Cấu trúc *A rồi B* được sử dụng để chỉ hai hành động liên tiếp nhau, sau khi kết thúc hành động A thì tiếp tục hành động B.)

Ví dụ

Em ăn nhanh rồi đi học.
저는 빨리 먹고 공부하러 갔습니다.

Anh đặt phòng trước rồi mua vé máy bay.
나는 방을 예약하고 비행기표를 샀다.

5 *nên, cần, phải* 단어 사용법 (Cách dùng các từ *nên, cần, phải*)

*nên, cần, phải*는 항상 뒤따르는 한 행동과 함께 사용한다. (주로 동사)
(Các từ *nên, cần, phải* luôn được sử dụng cùng một động từ đi sau nó.)

1) *nên* 은 청자에게 조언을 주는 뉘앙스를 표현하기 위해 사용하거나 차선책을 제안하기 위해 사용된다.
(*Nên* được sử dụng khi người nói muốn đưa ra lời khuyên với người nghe, hoặc người nói muốn thể hiện điều mình nghĩ là tốt.)

Ví dụ

Bạn bị ốm à? Bạn nên đi khám sớm.
너 아파? 너 일찍 진찰하러 가는게 낫겠다.

Anh nên đi du lịch Việt Nam, đẹp lắm.
당신은 베트남 여행가는 게 좋아요, 정말 예쁩니다.

2) *cần* 은 한 행동을 해야할 필요성이 있다라는 표현을 하기 위해 사용된다.

(*Cần* được sử dụng khi biểu thị một hành động cần thiết phải làm.)

Ví dụ

Tôi đang học tiếng Việt, tôi cần mua một quyển từ điển Tiếng Việt.
나는 베트남어 공부하는 중이라서 베트남어 사전을 한 권 살 필요가 있겠어.

Anh ấy đói lắm rồi. Anh ấy cần ăn ngay lập tức.
그 형은 너무 배고프다. 그 형은 즉시 먹을 필요성을 느꼈다.

3) *phải* 는 반드시 실천해야하는 행동임을 강조하기 위해 사용된다.

(*Phải* được sử dụng để chỉ một hành động bắt buộc phải thực hiện.)

Ví dụ

Tôi phải sử dụng giấy phép lái xe để lái xe trong thành phố.
나는 시내에서 운전하기 위해 운전 면허증을 사용해야만 합니다.

Sinh viên phải làm bài tập ở nhà.
(대)학생은 집에서 숙제를 해야만 한다.

연습 (Luyện Tập)

1 주어진 단어를 사용하여 아래 예시와 같이 문장을 완성하시오.
(Sử dụng từ cho sẵn để hoàn thành câu như mẫu bên dưới.)

mẫu 1 A: Cái áo này bao nhiêu tiền?
B: Cái áo này 800.000 (đồng)

(1) Cái điện thoại / 3.500.000 (ba triệu rưỡi)

(2) Đôi giày / 900.000

(3) Cái máy tính / 10.000.000 (10 triệu)

mẫu 2 A: Táo bao nhiêu tiền một cân?

B: Táo 100.000 một cân.

A: Cho tôi 2 cân.

B: Tất cả hết 200.000 (đồng)

(1) Nho / 100.000/cân/ 3 cân

(2) Giày / 500.000 / đôi / 1 đôi

(3) Vở / 10.000 / quyển / 20 quyển

(4) Bút / 3.000/cái / 5 cái

(5) Dưa hấu / 30.000/quả / 2 quả

(6) Hoa / 3.000/bông / 10 bông

(7) Sữa / 4.000 / hộp / 15 hộp

2 다음 빈칸에 *nên / không nên* 중 알맞은 것을 넣으시오.
(Điền vào chỗ trống sử dụng *nên / không nên*.)

(1) Chị ấy trông rất mệt. Chị ấy ____________ đi gặp bác sĩ.

(2) Hôm nay rất lạnh, anh ________________ mặc áo ấm.

(3) Trời đang có tuyết đấy. Anh ____________ ra ngoài.

(4) Khi buồn, anh __________ xem phim hoặc đi gặp bạn cho đỡ buồn.

(5) Khi vui, anh ____________ chia sẻ với gia đình.

(6) Vào ngày sinh nhật của vợ, anh ______________ về muộn, và anh ___________ tặng vợ một món quà ý nghĩa.

3 다음 빈칸에 *cần / không cần* 중 알맞은 것을 넣으시오.
(Điền vào chỗ trống sử dụng *cần / không cần.)*

(1) Q: Bây giờ tôi sẽ đi siêu thị. Anh có __________ mua gì không?

A: Không, tôi __________ mua gì.

(2) Tôi đã khỏi bệnh rồi nên tôi __________ uống thuốc nữa.

(3) Dạo này trời mưa rất nhiều nên tôi __________ mua 1 cái ô.

(4) Cái bút này hỏng rồi. Tôi __________ mượn 1 cái bút khác.

(5) Hôm nay tôi rất vui vì tôi __________ làm bài tập về nhà.

3 주어진 단어를 사용하여 아래 예시와 같이 문장을 완성하시오.
(Sử dụng từ cho sẵn để hoàn thành câu.)

mẫu Tối nay / làm bài tập

Tối nay anh làm gì? Tối nay tôi phải làm bài tập

1) Sáng mai / đi học

2) Chiều mai / đi thư viện

3) Tối mai / chuẩn bị bài

4) Tuần sau / đi công tác

실용 회화 (Hội thoại thông dụng)

Minho: Chết rồi, cuối tuần này đi Đà Lạt mà nghe nói cháy phòng rồi.

민호: 큰일 났어. 이번 주말에 다랏에 가려고 하는데 방 예약이 다 찼대.

Trung: Sao không đặt phòng sớm?

쭝: 왜 미리 예약을 안 했어?

Minho: Vì chưa chắc chắn được ngày bay.

민호: 가는 날을 아직 정확히 정하지 않아서.

Trung: Không ở khách sạn thì ở các nhà nghỉ cũng được. Ở nhà nghỉ vừa rẻ vừa tiện.

쭝: 호텔에 못 있으면 모텔에서 묵어도 돼. 모텔은 싸고 편하잖아.

Minho: Nhưng ở khách sạn tiện nghi hơn.

민호: 근데 호텔이 더 편리해.

Trung: Còn hơn là không có chỗ mà ở.

쭝: 갈 데 없는 것보다 낫잖아.

FLEX 문제 (Luyện tập FLEX)

Tôi là Lee, người Hàn Quốc. Tôi đã sống và làm việc ở Việt Nam khoảng 3 năm. Mỗi tuần, tôi thường mang quần áo đến tiệm giặt là hai lần. Đó là một tiệm giặt khá uy tín và chuyên nghiệp. Quần áo của tôi được giặt sạch sẽ và là ủi cẩn thận. Giá giặt là cho mỗi chiếc sơ mi hoặc quần dài là 30 nghìn đồng, áo khoác là 50 nghìn đồng, 10 nghìn đồng cho đồ lót và tất. Đôi khi tôi quên khăn mùi xoa trong túi áo khoác hoặc túi quần, họ cũng lấy ra giặt là cẩn thận và miễn phí cho tôi. Tôi rất hài lòng với dịch vụ ở đó.

문제 1 Theo đánh giá của Lee, đó là một tiệm giặt như thế nào?

A. Đó là một tiệm giặt rất đông khách

B. Đó là một tiệm giặt rất uy tín và chuyên nghiệp

C. Đó là một tiệm giặt rất hoàn hảo

문제 2 Lee sẽ phải trả bao nhiêu tiền nếu anh ấy giặt 2 chiếc áo sơ mi, 1 chiếc quần dài và 1 khăn mùi xoa?

A. 90 nghìn đồng

B. 100 nghìn đồng

C. 110 nghìn đồng

제12과

Sinh tố Việt Nam và nước hoa quả ở Hàn Quốc có giống nhau không?

베트남 씽 또와 한국 과일주스는 서로 같나요?

학습 목표

- 베트남어로 카페에서 음료를 주문을 할 수 있다.

어휘 (Từ vựng)

sinh tố	씽 또	xay	껍질을 까다, 갈다
bơ	아보카도	ép (lấy)	즙
xoài	망고	bưởi	자몽
hết	소진하다, 다 써버리다	nguyên chất	미가공, 고체
mãng cầu (=na)	커스터드 애플	đá	얼음
nước ép trái cây	과즙주스	thanh toán	계산, 청산하다
khác	다른	quầy	진열대
quẹt	문지르다, 긁다	nổi tiếng	유명한
nhạt	싱거운, 엷은	đậm	진한
giải khát	갈증을 해소하다	thưởng thức	즐기다, 감상하다

대화문 (Hội thoại)

카페에서 (Ở quán cà phê)

Mina: Em ơi, cho chị một sinh tố bơ.

민아: 여기요, 아보카도 씽 또 한 잔 주세요.

Nhân viên: Em xin lỗi, nhà em hết bơ rồi ạ. Chị uống sinh tố xoài không ạ?

직원: 죄송합니다, 저희집 아보카도 씽 또가 다 떨어졌습니다. 망고 씽 또 마시겠습니까?

Mina: Chị không thích xoài.

민아: 저는 망고를 싫어합니다.

Nhân viên: Thế sinh tố mãng cầu ạ?

직원: 망 꺼우 씽 또는 어떠세요?

Mina: Chị cũng không thích.

민아: 그것 또한 싫어합니다.

Nhân viên: Nếu chị không thích sinh tố thì có thể uống nước ép trái cây ạ.

직원: 만약 씽 또가 싫으시면 즙주스를 드셔도 됩니다.

Mina: Nước ép khác sinh tố như thế nào?

민아: 즙주스랑 씽 또는 어떻게 다른가요?

Nhân viên: Dạ, sinh tố là trái cây xay với sữa và nước, còn nước ép là trái cây ép lấy nước và bỏ bã ạ.

직원: 네, 씽 또는 우유, 물과 함께 과일을 갈아서 만들고, 즙주스는 즙만 추출하고 나머지를 버립니다.

Mina: Thế thì cho chị một nước ép bưởi.

민아: 그러면 자몽 즙주스 한 잔 주세요.

Nhân viên: Vâng ạ. Chị uống nước ép nguyên chất hay thêm đường ạ?

직원: 네. 손님 즙주스 그대로 드시나요 아니면 설탕을 추가할까요?

Mina: Nguyên chất, không đường, không đá nhé.

민아: 그대로 주시고 설탕과 얼음은 주지 마세요.

Nhân viên: Vâng ạ. Còn anh dùng gì ạ?

직원: 네. 손님은 뭐드시겠습니까?

Hoa: Cho một cà phê nâu ít sữa.

화: 우유가 적게 들어간 밀크커피 주세요.

Nhân viên: Dạ vâng ạ. Anh chị có dùng gì thêm không ạ?

직원: 네. 뭐 추가하실 거 있으신가요?

Hoa: Không. Đủ rồi.

화: 아니요. 충분합니다.

Nhân viên: Dạ, thế anh chị vui lòng thanh toán cho nhà hàng trước ạ.

직원: 네, 그러면 선급 결제 부탁드리겠습니다.

Hoa: Ở đây có thanh toán bằng thẻ không?

화: 여기는 카드로 계산 가능한가요?

Nhân viên: Dạ có ạ. Anh vui lòng ra quầy để quẹt thẻ ạ.

직원: 네. 잠시 (카운터로) 가져가서 결제하고 오겠습니다.

베트남에서 (Ở Việt Nam)

Lan: Suji có muốn đi uống cà phê không?

란: 수지야 커피 마시러 가고 싶어?

Suji: Ồ, hay quá, mình chưa uống cà phê ở Việt Nam bao giờ.

수지: 오, 좋다, 난 한번도 베트남커피를 마셔본 적이 없어.

Lan: Thế à? Suji đến Việt Nam khi nào?

란: 그래? 수지야 베트남에 언제 왔었어?

Suji: Mình mới đến Việt Nam tháng trước.

수지: 나는 지난달에 베트남에 왔어.

Lan: Thế thì chúng ta phải đi uống cà phê thôi. Chưa uống cà phê nghĩa là chưa đến Việt Nam.

란: 그러면 우리 커피 마시러 가야겠네. 커피를 안마셨다는 건 베트남을 와보지 않은거지.

Suji: Ừ, mình cũng nghe nói cà phê Việt Nam rất thơm ngon và nổi tiếng.

수지: 응, 내가 듣기로도 베트남 커피는 향이 좋고 유명하다고 들었어.

Lan: Sinh tố Việt Nam cũng nổi tiếng nữa.

란: 베트남 씽 또 또한 유명해.

Suji: Mình vừa uống sinh tố chanh. Ngon lắm.

수지: 나 레몬 씽 또를 막 마셨어. 정말 맛있더라.

Lan: Ở Hàn Quốc có sinh tố không?

짱: 한국에도 씽 또가 있어?

Suji: Không, ở Hàn Quốc chỉ có nước ép trái cây thôi.

찬영: 아니, 한국에는 즙주스 밖에 없어.

한국에서 (Ở Hàn Quốc)

Suji: Lan sẽ ở Hàn Quốc bao lâu?

수지: 란아 한국에 얼마나 있을거야?

Lan: Mình sẽ ở Hàn Quốc 2 tuần.

란: 나는 한국에 2주간 있을거야.

Suji: Hôm nay Lan định làm gì?

수지: 란은 오늘 뭐할 예정이야?

Lan: Hôm nay mình định đi uống cà phê với bạn.

란: 오늘 나는 너랑 커피마시러 갈 예정이야.

Suji: Cà phê của Hàn Quốc khác cà phê của Việt Nam.

수지: 한국 커피는 베트남 커피랑 달라.

Lan: Đúng rồi. Mình đã uống cà phê Hàn Quốc rồi. Cà phê Hàn quốc nhạt hơn cà phê Việt Nam. Cà phê Việt Nam đậm hơn cà phê Hàn Quốc.

란 : 맞아. 나 한국 커피 마셔봤어. 한국 커피가 베트남커피보다 싱거워. 베트남 커피가 한국커피보다 더 진해.

Suji: Bởi vì người Hàn Quốc uống cà phê để giải khát. Người Việt Nam uống cà phê để thưởng thức.

수지: 왜냐하면 한국인들은 갈증을 해결하기 위해 커피를 마셔. 베트남 사람들은 (향을) 느끼기 위해서 커피를 마시지.

Lan: Ừ. Mình thích cà phê Hàn Quốc. Vì uống cà phê Việt Nam mình bị mất ngủ.

란: 응. 나는 한국커피가 좋아. 왜냐하면 베트남 커피를 마시면 난 잠을 못 자.

Suji: Nhưng cà phê ở Hàn Quốc đắt hơn. Và ở Hàn Quốc không có cà phê phin. Mình thích cà phê phin.

수지: 그런데 한국커피는 더 비싸. 그리고 (직접 여과해서 내리는) 원두커피가 없어. 나는 원두커피가 좋아.

문법 (Ngữ pháp)

1 식당에서 식음료를 주문하는 방법 (Cách gọi đồ uống trong nhà hàng)

1) 직원들은 손님에게 아래의 예시처럼 물을 수 있다.

(Người phục vụ có thể hỏi khách theo mẫu.)

Ví dụ Anh / *chị dùng gì (ạ)*?

당신은 뭐를 드시겠습니까?

Anh / chị *có dùng gì thêm không ạ*?

당신은 뭐 추가하실 것이 없으신가요?

2) 손님들은 아래의 예시처럼 사용하여 직원에게 대답하거나 식음료를 주문할 수 있다.

(Khách hàng khi gọi đồ hoặc trả lời nhân viên, có thể sử dụng mẫu.)

Cho tôi số lượng đồ uống.

Ví dụ 1) Cho tôi 1 cà phê nâu.

밀크 커피 한 잔 주세요.

2) Cho tôi 1 sinh tố xoài.

망고 주스 한 잔 주세요.

* 보충설명 : 식당에서 식음료를 시키는 문장 구문에서는 명사 앞에 사용되는 단위명사를 생략할 수 있다.

(Ghi chú: Trong mẫu câu gọi đồ ở nhà hàng, quán cà phê, danh từ đơn vị đứng trước danh từ chính có thể lược bỏ.)

Ví dụ

Cho tôi một cốc cà phê nâu.	→	Cho tôi một cà phê nâu.
밀크 커피 한 잔 주세요.	→	밀크 커피 하나 주세요.
Cho tôi một ly sinh tố xoài.	→	Cho tôi một sinh tố xoài.
망고 주스 한 잔 주세요.	→	망고 주스 하나 주세요.

2 근접과거 시제 사용법 (Cách sử dụng *vừa, mới, vừa mới*)

세 가지 형태의 근접과거 시제는 본 동사 앞에 사용되어서 한 행동이 지금 현재와 비교하였을 때 근접한 과거에 막 일어났음을 나타낸다.

(*Vừa, mới, vừa mới* đứng trước động từ chính để thể hiện một hành động đã được hoàn thành trong quá khứ ở thời gian rất gần với hiện tại)

Ví dụ	
Ông Nam đã đi Huế chưa? 남 씨 후에 가보셨나요?	Ông Nam mới đi Huế tháng trước. 남씨는 지난달 막 후에에 갔었다. Ông Nam vừa đi Huế tuần trước. 남씨는 지난주에 막 후에에 갔었다. Ông Nam vừa mới đi Huế mấy hôm trước. 남씨는 어제 막 후에에 갔었다.

3 *Định* 사용법 (Cách sử dụng *định*)

Định 은 본 동사 앞에 사용되며 한 행동이 일어날 계획이 있음을 나타낸다.

(*Định* đứng trước động từ chính để thể hiện một hành động đã có trong kế hoạch.)

Ví dụ

Tháng sau tôi định đi du lịch Việt Nam.
다음달에 나는 베트남 여행을 갈 예정이다.

Ngày mai em định làm kimbab.
내일 저는 김밥을 만들 예정입니다.

4 *bao lâu* 를사용하여 의문문 만드는 방법 (Cách sử dụng câu hỏi với từ *bao lâu*)

bao lâu 는 문장 끝에 사용되며 시간의 대략적인 양을 물을 때 사용된다.

(*Bao lâu* đứng ở cuối câu hỏi về khoảng thời gian.)

Ví dụ		
	Anh định học tiếng Việt bao lâu? 형 베트남어 얼마나 공부할 예정이에요?	Tôi định học tiếng Việt 1 năm 나는 베트남어를 1년 공부할 예정이야.
	Chị ở Hàn Quốc bao lâu rồi? 언니 한국에 얼마나 있었어요?	Tôi ở Hàn Quốc 3 tháng rồi 나는 한국에 거주한지 세달 되었어.

5 *đã ~ bao giờ chưa?* 구문 사용법 (Cách sử dụng câu hỏi *đã ~ bao giờ chưa?*)

đã ~ bao giờ chưa?, đã ~ lần nào chưa? 의문문은 두 가지 형태로 나타낼 수 있으며, 과거에 일어난 행동에 대해 하였는지 아직 안하였는지에 대한 실행여부를 물을 때 사용된다.

(Câu hỏi với *đã ~ bao giờ chưa?, đã ~ lần nào chưa?* được sử dụng để hỏi về một hành động đã từng xảy ra trong quá khứ hay chưa.)

대답문의 형태는 다음과 같다 : *chưa động từ bao giờ/lần nào* hoặc *chưa bao giờ/lần nào động từ*

(Câu trả lời có thể theo mẫu: *chưa động từ bao giờ/lần nào* hoặc *chưa bao giờ/lần nào động từ*)

Ví dụ		
	Anh đã uống cà phê Việt Nam bao giờ chưa? 형 베트남 커피 먹어본 적 있어요?	Chưa, tôi chưa bao giờ uống cà phê Việt Nam / Tôi chưa uống cà phê Việt Nam bao giờ. 아직, 나는 베트남 커피 한 번도 안 마셔봤어.
	Em đã uống sinh tố lần nào chưa? 너 씽 또 먹어본 적 있어?	Rồi, em đã uống một lần rồi. 네, 저는 한 번 먹어봤어요.

6 *chỉ, thôi* 구문 (Cách sử dụng *chỉ, thôi*)

두 가지 형태의 단지는 모두 적은 범위 또는 유일함을 나타내기 위해 사용되는 부사이다. 이 두 단어는 홀로 쓰이거나 문장 속에서 같이 쓰일 수 있다. *Chỉ*는 본동사 앞에 사용되며 *thôi*는 문장 끝에 위치해 사용된다.

(*Chỉ* và *thôi* đều là các từ phụ chỉ sự duy nhất hoặc sự ít ỏi. Hai từ này có thể đứng riêng hoặc đi cùng nhau trong câu. *Chỉ* đứng trước động từ chính, *thôi* đứng ở cuối câu)

Ví dụ

Tôi chỉ có một cái bút.
나는 펜이 하나밖에 없다.

Tôi có một cái bút thôi.
나는 펜이 하나밖에 없다.

Tôi chỉ có một cái bút thôi.
나는 펜이 하나밖에 없다.

연습 (Luyện Tập)

1 다음 문장을 *vừa, mới, vừa mới*를 사용하여 문장을 완성하시오.
(Điền vào chỗ trống sử dụng *vừa, mới, vừa mới* để hoàn thành câu.)

1) Ông Ba ______ đi Cần Thơ hai hôm trước.

2) Ông Tính ______ đi Phú Quốc mấy tuần trước.

3) Bà Nga ______ đi phố cổ Hội An vào mùa hè này.

4) Anh Cường ______ đi Mũi Né mấy hôm trước.

5) Cô Dung ______ đi Cà Mau tuần trước.

2 아래의 질문에 답하시오. (Hãy trả lời câu hỏi dưới đây.)

1) Tối nay anh/chị định làm gì?

2) Cuối tuần này anh/chị định làm gì?

3) Anh/Chị định bao giờ sang Việt Nam?

4) Anh/Chị có định làm việc ở Việt Nam không?

5) Anh/Chị định làm gì sau khi nghỉ hưu?

3 *bao giờ, bao lâu, đã ~ bao giờ chưa* 를 사용하여 아래의 문장을 의문문으로 만드시오.

(Chuyển các câu sau thành câu hỏi, sử dụng bao giờ, *bao lâu, đã ~ bao giờ chưa.*)

1) Anh Kim ở Việt Nam được 5 năm rồi.

2) Tôi đã đi Sapa năm ngoái.

3) Anh Oh đã đi Lào 1 lần rồi.

4) Tôi ở Hà Nội trong 2 tháng rồi.

5) Anh Kim đi Hạ Long tháng trước.

6) Tôi chưa đi Việt Nam bao giờ.

실용 회화 (Hội thoại thông dụng)

Sumin: Xin lỗi xin lỗi, cậu đến lâu chưa?

수민: 미안해. 온 지 오래됐지?

Linh: Tớ đến hơn 1 tiếng rồi. Chờ dài cổ ra rồi.

링: 온 지 한 시간 넘었어. 오래 기다려서 목이 길어진 것 같아.

Sumin: Xin lỗi mà, tớ học xong muộn quá… Cậu đã gọi gì uống chưa?

수민: 미안해. 수업이 늦게 끝나서… 먹을 것은 시켰어?

Linh: Chưa, tớ chờ cậu mà. Tớ tưởng cậu cho tớ leo cây.

링: 아직, 널 기다렸지. 바람 맞은 줄 알았어.

Sumin: Tớ không dám đâu. Cậu uống gì để tớ gọi.

수민: 내가 왜 그래. 뭐 먹을래? 내가 시켜줄게.

Linh: Như mọi lần.

링: 늘 먹던 거지 뭐.

Sumin: Em ơi, cho anh một nước chanh tươi, một đen đá. Chanh tươi ít đường ít đá nhé.

수민: 저기요. 레몬주스 하나랑 블랙 커피 하나 주세요. 레몬주스는 설탕이랑 얼음을 많이 넣지 마세요.

FLEX 문제 (Luyện tập FLEX)

Yoona: No quá, tớ không thể ăn thêm được nữa

Dũng: Thế mình gọi đồ uống nhé. Cậu uống gì?

Yoona: No quá, tớ cũng không thể uống gì được

Dũng: Uống một chút thôi. Nước hoa quả nhé?

Yoona: Thế thì cho tớ một cà phê sữa đá

Dũng: Ở đây nhiều đồ uống ngon mà, nước hoa quả này, sinh tố này, trà này···

Yoona: Tớ chỉ thích cà phê thôi.

문제 1 Theo hội thoại, thông tin nào sau đây là đúng?

A. Yoona và Dũng vừa mới ăn xong.

B. Yoona và Dũng vừa mới ăn.

C. Yoona và Dũng định không ăn uống gì nữa.

D. Yoona không thích đồ uống ở nhà hàng này.

문제 2 Theo hội thoại, có thể biết điều gì về Yoona?

A. Yoona không thích dùng đồ uống sau khi ăn.

B. Yoona từ chối các đề nghị của Dũng.

C. Yoona không thích trà và nước hoa quả.

D. Yoona đã quá no và không thể dùng thêm đồ gì.

제13과

Nhà hàng - Món bún chả có hợp khẩu vị người Hàn Quốc không?

식당 - 분짜는 한국인의 입맛에 맞나요?

학습 목표

• 베트남어로 식당에서 음식을 주문을 할 수 있다.

어휘 (Từ vựng)

đói	배고픈	tráng miệng	디저트, 입을 가시다
khẩu vị	입맛	bánh ngọt	케익
thực đơn	메뉴판	đủ	충분한
món khai vị	식욕돋는 음식	thiếu	모자란
khoai tây chiên	감자튀김	tiền lẻ	잔돈
tiền thừa	잔돈(남은 돈)	món chính	메인 요리
quý khách	고객		

대화문 (Hội thoại)

Lan: Suji ơi, đi ăn đi. Tớ đói quá.

란: 수지야, 먹으러 가자. 나 정말 배고파.

Suji: Ừ, tớ cũng đói quá.

수지: 응, 나도 정말 배고파.

Lan: Suji thích ăn gì?

란: 수지야 너는 뭐 먹는거 좋아해?

Suji: Món gì là đặc sản của Hà Nội?

수지: 무슨 음식이 하노이 특산물이야?

Lan: Nhiều lắm. Phở, bún chả, nem rán…

란: 너무 많아. 쌀국수, 분짜, 넴잔...

Suji: Món nào cũng ngon. Mình đi ăn bún chả nhé.

수지: 뭐든 다 맛있어. 나는 분짜 먹으러 갈래.

Lan: Suji đã ăn bún chả bao giờ chưa?

란: 수지야 너 분짜 먹어본 적 있어?

Suji: Mình ăn rồi. Và mình rất thích bún chả. Món bún chả rất hợp khẩu vị người Hàn Quốc.

수지: 먹어봤지. 그리고 나 분짜 정말 좋아해. 분짜는 한국인 입맛에 정말 맞아.

Lan: Còn mình nghĩ món bibimbab của Hàn Quốc rất hợp khẩu vị của người Việt Nam.

란: 그런데 내가 생각하기에는 한국의 비빔밥이 베트남인 입맛이랑 정말 맞아.

식당에서(Ở nhà hàng)

Nhân viên:	Em chào các chị. Các chị dùng gì ạ?
직원:	안녕하세요 여러분. 여러분 뭐 드시겠어요?
Lan:	Cho tôi cái thực đơn.
란:	메뉴판 주세요.
Nhân viên:	Dạ vâng, đây ạ.
직원:	네, 여기 있습니다.
Lan:	Cậu gọi món đi.
란:	얘야 음식 주문해.
Suji:	Nhiều món nhỉ. Tớ không biết nên ăn món gì.
수지:	음식이 너무 많네요. 저는 뭐를 먹어야 할 지 모르겠어요.
Nhân viên:	Để em giới thiệu cho các chị. Món khai vị các chị có thể dùng súp gà, gỏi cuốn. Món chính các chị có thể dùng lẩu hoặc bò, gà··· Tráng miệng nhà hàng có hoa quả tươi và nhiều loại bánh ngọt.
직원:	제가 여러분들에게 추천해드릴게요. 에피타이저는 닭죽이나 월남쌈을 드실 수 있어요. 메인요리로는 여러분들 샤브샤브나 소, 닭 등이 있어요... 우리 레스토랑에 디저트는 신선한 과일과 많은 종류의 케익이 있습니다.
Suji:	Cho chị 1 gỏi cuốn, 1 lẩu gà. Thêm 1 đĩa nem rán nữa. Đồ tráng miệng chị sẽ gọi sau.
수지:	스프링 롤 하나, 샤브샤브 하나 주세요. 그리고 냄잔 한 접시 추가할게요. 디저트는 나중에 주문할게요.

Nhân viên: Vâng ạ. Các chị dùng gì thêm không ạ?
직원: 네. 추가하실 것 있으신가요?

Suji: Đủ rồi em. Nếu thiếu thì gọi thêm.
수지: 충분합니다. 만약 모자라면 추가 주문할게요.

Nhân viên: Vâng ạ, Các chị chờ một lát ạ.
직원: 네. 잠시만 기다려 주세요.

패스트푸드점에서 (Tại cửa hàng ăn nhanh)

Nhân viên: Xin chào quý khách. Quý khách dùng gì ạ?
직원: 안녕하세요 손님. 손님 뭐 드시겠습니까?

Khách: Cho một hamburger gà.
손님: 치킨버거 하나 주세요.

Nhân viên: Chị có dùng thêm khoai tây chiên không ạ?
직원: 감자튀김 추가 하시겠습니까?

Khách: Có, thêm 1 suất khoai tây chiên nữa.
손님: 네. 감자튀김 1인분 추가해주세요.

Nhân viên: Chị dùng đồ uống gì ạ?
직원: 뭐 마시겠어요?

Khách:	1 coca nhé.
손님:	콜라 하나요.
Nhân viên:	Vâng ạ. Chị ăn ở đây hay mang về ạ?
직원:	네. 드시고 가십니까 포장이십니까?
Khách:	Mang về.
손님:	포장이요.
Nhân viên:	Vâng. Của chị hết 120,000 ạ.
직원:	네. 손님 것 전부 12만동입니다.
Khách:	Tôi không có tiền lẻ.
손님:	저 잔돈이 없습니다.
Nhân viên:	Vâng không sao ạ. Tiền thừa của chị đây.
직원:	네 괜찮습니다. 거스름돈 여기있습니다.
Khách:	Cảm ơn.
손님:	감사합니다.
Nhân viên:	Cảm ơn chị. Chị vui lòng ngồi đợi một lát ạ.
직원:	감사합니다. 잠시만 기다려주세요.

문법 (Ngữ pháp)

1 문장 끝 *đi* 구문 사용법 (Cách sử dụng cấu trúc ~ *đi*)

문장 끝 *đi*는 어떤 제의를 나타내기 위해 표출하기 위해 사용된다. 이 구문은 *hãy~ đi, hãy ~* 등의 구문과 동일하다. 이 중 *hãy*는 동사 앞에 위치하며 *đi*는 문장 끝에 위치한다. 보통 요청 또는 명령문을 만들 때 사용된다. (~ *đi* được dùng để đề xuất một đề nghị nào đó. Cấu trúc này tương đương với *hãy ~ đi*, hoặc hãy ~. Trong đó, hãy đứng trước động từ, *đi* đứng ở cuối câu)

Ví dụ Chúng ta hãy đi nhà hàng.
우리 식당 가자.

Chúng ta đi nhà hàng đi.
우리 식당 가자.

Chúng ta hãy đi nhà hàng đi.
우리 식당 가자.

2 *thêm, nữa, thêm ~nữa* 단어 사용법 (Cách sử dụng các từ *thêm, nữa, thêm ~nữa*)

thêm, nữa 의 단어는 사물의 개수 등을 추가로 말할 때 보통 사용한다. 그 중 *thêm*은 동사 앞에 위치하며, *nữa*는 문장 끝에 위치한다.

(Các từ *thêm, nữa* được sử dụng khi chúng ta nói về những sự vật bổ sung. Trong đó, *thêm* đứng trước động từ, *nữa* đứng cuối câu.)

Ví dụ Em đã gọi 1 đĩa khoai lang chiên rồi nhưng muốn gọi thêm.
저 고구마 튀김 하나 시켰는데 더 추가하고 싶어요.

Em đã gọi 1 đĩa khoai lang chiên rồi nhưng muốn gọi 1 đĩa nữa.
저 고구마 튀김 하나 시켰는데 더 추가하고 싶어요.

Em đã gọi 1 đĩa khoai lang chiên rồi nhưng muốn gọi thêm 1 đĩa nữa.
저 고구마 튀김 하나 시켰는데 더 추가하고 싶어요.

3 소량을 나타내는 단어의 사용법 (Cách sử dụng một lát, *một ít, một chút, một tí*)

1) *một lát*: 시간을 나타낼 때 사용한다. (Nói về thời gian)

Ví dụ Anh chị đợi một lát, em mang đồ ăn ra.
여러분 잠시만 기다려 주세요, 포장해서 가져올게요.

Mẹ đi siêu thị một lát, con ở nhà nhé!
엄마 마트 잠시 다녀올게, 아들(딸) 집에 있어!

2) *một ít*: 사물을 나타낼 때 사용한다. (Nói về sự vật)

Ví dụ Em gọi thêm một ít đồ ăn nữa đi.
저 먹을 것 조금만 더 주문할게요.

Anh có tiền không? Cho em một ít.
형 돈 있어요? 저 조금만 주세요.

3) *một chút, một tí*: 시간과 사물 둘 다 사용할 수 있다. 그중 *một tí*는 주로 구어체에서 사용한다. (Nói về cả thời gian và sự vật. Trong đó, *một tí* chỉ sử dụng trong khẩu ngữ.)

Ví dụ Chị muốn ăn thêm một chút nữa.
나 조금 더 먹을래.

Anh nghỉ một tí đi.
형 잠시만 쉬어요.

4 *thiếu, đủ, thừa* 사용법 (Cách sử dụng các từ *thiếu, đủ, thừa*)

Ví dụ Anh đủ tiền mời em đi ăn.
형이 돈이 충분하니 너에게 밥을 사줄게.

Số tiền này đủ để chúng ta đi chơi.
이 돈이면 우리가 놀기에 충분해.

Cái áo này giá 200,000 đồng. Anh có 180,000 đồng. Anh thiếu 20,000 đồng.
이 옷은 20만동인데, 나는 18만동 있으니 2만동이 부족하네.

Hôm nay nhiều người đi xem phim, rạp chiếu phim thiếu chỗ.
오늘 많은 사람들이 영화보러와서 영화관에 자리가 부족하다.

Gia đình có 4 người. Anh ấy mua 5 vé xem phim. Anh ấy mua thừa 1 vé.
가족은 4명이고 그 형은 영화표를 5장 사서 한 장이 남았다.

5 *Nếu ~ thì ~* 가정법 구문 사용법 (Cách sử dụng cấu trúc *Nếu ~ thì ~*)

1) *Nếu ~ thì ~* 구문은 조건/가정과 결과의 의미를 표현하기 위해 사용된다. 형식은 다음과 같다. (Cấu trúc *Nếu ~ thì ~* được sử dụng để thể hiện ý nghĩa Điều kiện / Giả định và Kết quả, theo mẫu.)

Nếu 조건 / 가정 thì 결과 (Nếu điều kiện / giả định thì kết quả)

2) *thì* 이하의 명제에서는 보통 미래시제 *sẽ*가 사용된다.
(Trong mệnh đề có *thì*, từ *sẽ* thường được sử dụng.)

Ví dụ Nếu tôi có tiền, tôi sẽ đi du lịch.
만약 내가 돈이 있다면, 나는 여행을 갈 것이다.

Nếu thiếu thì sẽ gọi thêm thức ăn.
만약 모자라면 음식을 더 주문해.

Nếu đói quá thì tôi sẽ ăn đồ ăn nhanh.
만약 정말 배고프면 너 패스트푸드 먹어.

6 *의문사 cũng 구문* 사용법 (Cách sử dụng cấu trúc *từ để hỏi cũng*)

1) *의문사 cũng 구문*은 *tất cả*의 의미를 표현하기 위해 사용한다.

(그룹의 모든 구성원, 모든 사물, 모든 시간, 모든 조건 등...)

(Cấu trúc *từ để hỏi cũng* để diễn tả ý nghĩa *tất cả* (tất cả thành viên trong một nhóm, tất cả sự vật, tất cả thời gian, tất cả điều kiện…))

Ví dụ Hôm nay sinh viên nào cũng đến muộn .
오늘 학생들 누구나 늦게 왔다.

Ở đây, ai cũng biết tiếng Việt.
여기에 있는 누구든지 베트남어를 안다.

Lúc nào tôi cũng thấy anh ấy đọc sách.
언제든지 내가 보기에 그 형은 책을 읽는다.

Lần nào đến Hà Nội tôi cũng ăn phở.
언제든지 하노이에 올 때마다 나는 쌀국수를 먹는다.

Ở Hàn Quốc, ở đâu cũng có cây ngân hạnh.
한국에서는 어디든지 은행나무가 있다.

Ở trong trung tâm thương mại, cái gì cũng đắt.
백화점에서는 무엇이든지 비싸다.

Ngày mai thế nào tôi cũng đi xem phim.
내일 어떻게든 나는 영화보러 간다.

2) *không* ***의문사 부정문***의 형태로 *thế nào*를 사용하여 *không**부정문***을 강조할 수 있으며, 이 때 *không*은 *cũng*뒤에 사용한다.

(Dạng phủ định của cấu trúc này được thể hiện bằng cách thêm *không* trước từ để hỏi (và bỏ cũng). Riêng với *thế nào*, từ phủ định *không* được thêm vào sau *cũng*.)

Ví dụ Hôm nay không sinh viên nào đến muộn.
오늘 어떤 학생들도 늦지 않았다.

Ở đây, không ai biết tiếng Việt.
여기에 있는 누구도 베트남어를 알지 못한다.

Không lúc nào tôi thấy anh ấy đọc sách.
언제든지 내가 보기에 그는 책을 읽지 않는다.

Không bao giờ đến Hà Nội mà tôi ăn phở (Đến Hà Nội, tôi không bao giờ ăn phở).
하노이에서 나는 쌀국수를 절대 먹지 않는다(하노이에 오면, 나는 절대 쌀국수를 안먹는다.)

Ở Hàn Quốc, không ở đâu có cây ngân hạnh.
한국에서 어디에도 은행나무가 없다.

Ở trung tâm thương mại, không cái gì đắt.
쇼핑몰에서는 뭐든 비싸지 않다.

Ngày mai, thế nào tôi cũng không đi xem phim.
내일 어떻게든 나는 영화보러 가지 않는다.

연습 (Luyện Tập)

1 *Động từ + đi*를 사용하여 다음 빈칸을 완성하시오.
(Hoàn thành các câu sau sử dụng cấu trúc *Động từ + đi*.)

1) Tôi đã nấu cơm xong rồi. Anh ________.

2) Tôi nghe nói anh hát rất hay. Anh ________.

3) Quyển sách này rất hay. Anh ________.

4) Bây giờ rất muộn rồi, 12 giờ đêm rồi. Con ________.

5) Bây giờ là 7 giờ sáng rồi. Em ________.
Nếu không em sẽ muộn học đấy.

2 다음 문장을 완성하시오. (Hãy hoàn thành các câu sau.)

1) Nếu tôi có nhiều tiền, tôi sẽ ________.

2) Nếu tôi già, tôi sẽ ________.

3) Nếu ngày mai là thứ hai, tôi sẽ ________.

4) Nếu con tôi bị ốm, tôi sẽ ________.

5) Nếu bây giờ ra chơi, tôi sẽ ________.

3 다음 예시를 따라 문장을 완성하시오.
(Hãy thực hành theo mẫu dưới đây.)

mẫu 1 uống / một cốc bia

Q: Anh muốn uống thêm gì nữa không?

A: Tôi muốn uống thêm một cốc bia nữa

1) gọi / một đĩa nem

2) ăn / một bát miến lạnh

3) mua / một bao thuốc lá

4) lấy / vài đôi tất

4 다음 빈칸에 *một lát / một ít / một chút / một tí* 중 알맞은 것을 넣으시오. (Điền từ thích hợp vào chỗ trống sử dụng *một lát / một ít / một chút / một tí*)

1) Chờ tôi ________, tôi sẽ đến ngay.

2) Tôi còn ________ tiền.

3) Tôi muốn mua thêm ________ sữa và bơ.

4) Chờ ________.

5) Mệt rồi, nghỉ ________.

6) Tôi chỉ ăn được ________ cơm thôi.

5 다음 빈칸에 *thiếu / thừa / đủ* 중 알맞은 것을 넣으시오.
(Điền từ thích hợp vào chỗ trống sử dụng *thiếu / thừa / đủ*)

1) Samsung galaxy S4 giá 800 000 won. Tôi chỉ có 600 000 thôi, còn anh Lee có 900 000 won. Tôi ______ tiền mua Samsung galaxy S4, còn anh Lee ______ tiền mua.

2) Vì sao anh không mua xe ô tô mới? Vì tôi không có ______ tiền.

3) Anh muốn ăn thêm gì nữa không? Thôi, thế này là ______ rồi. Nếu ______ thì gọi thêm.

6 아래의 예시를 따라 문장을 만드시오.
(Hãy thực hành theo mẫu dưới đây.)

mẫu 1 Ở Việt Nam, tất cả mọi người đều thích ăn phở
→ Ở Việt Nam, *ai cũng* thích ăn phở.

1) Ở đây tất cả mọi người đều biết tiếng Việt.
→ ______

2) Ở đây tất cả mọi người đều không thích leo núi.
→ ______

3) Hôm nay tất cả các sinh viên đều không đi muộn.
→ ______

4) Ở Việt Nam, ở tất cả mọi nơi đều có bóng đá.
→ ______

5) Hôm nay tất cả các sinh viên đều đến muộn.

→

6) Tất cả các siêu thị đều bán sữa.

→

7) Tất cả mọi ngày tôi đều uống cà phê.

→

8) Tất cả mọi lúc chị ấy đều xem ti vi.

→

9) Nếu anh muốn mua hoa quả thì tất cả các chợ đều bán.

→

실용 회화 (Hội thoại thông dụng)

Hoa: Gần nhà mình mới mở một quán bún Huế đấy. Đi ăn đi!

화: 우리 집 근처에 새로 생긴 후에 국수 집이 있어. 먹어보자!

Suji: Ngon thế, đi đi…

수지: 맛있겠다. 가자…

가게에서 (ở quán)

Hoa: Quán có gì ngon em?

화: 여기 맛있는게 뭐예요?

Nhân viên: Dạ, quán em chuyên bán các món ăn của Huế. Các chị thử bánh Huế đi ạ

직원: 예, 저희 집에서 후에 음식 전문이에요. 후에 전을 한 번 드셔보세요.

Hoa: Bánh gì ngon nhất em?

화: 어떤 전 종류가 제일 맛있어요?

Nhân viên: Các chị thích ăn tôm thì có thể ăn chả tôm, bánh ram tôm… Nếu thích ăn cuốn có thể ăn nem lụi, cuốn nướng…

직원: 새우 종류를 좋아하시면 짜 똠 (새우 전), 바잉 잠 똠 (새우 떡)을 시키실 수 있고 월남쌈 종류를 좋아하시면 냄 루이 (다진 고기 월남쌈), 꾸온 느엉 (고기구이 월남쌈)을 시키셔도 돼요.

Hoa: Nhiều thứ quá. Em cho mỗi món một đĩa nhé.

화: 많네요. 그럼 음식별 1인분씩 주세요.

Nhân viên: Ôi, thế thì nhiều lắm ạ. Nhà em có vài chục món, em sợ các chị ăn không hết···

직원: 오, 그것 좀 많을 것 같아요. 저희 집은 수십 개의 음식이 있는데 다 못 드셔요.

Hoa: Uhm, nhiều nhỉ. Thế thì cho một chả tôm một nem lụi, ăn thử xem.

화: 좀 많겠다. 그럼 짜 똠 하나랑 냄 루이 하나를 주세요, 한 번 먹어보죠.

Nhân viên: Vâng ạ.

직원: 네.

2 Hùng: Sao nhìn em mệt mỏi thế? Ăn gì chưa em?

훙: 넌 왜 그렇게 피곤해 보이니? 밥은 먹었어?

Nga: Chưa ạ. Em đói hoa mắt rồi.

응아: 아직요. 배고파서 눈이 핑핑 돌아요.

Hùng: Khổ thân. Để anh đưa em đi ăn. Em thích ăn gì?

훙: 아이구. 불쌍하네. 밥 먹으러 가자. 뭘 좋아해?

Nga: Em ăn gì cũng được ạ.

응아: 전 아무거나 먹어도 돼요.

Hùng: Mình đi ăn phở nhé.
훙: 그럼 퍼 먹으러 갈까?

Nga: Ôi trời mùa hè ăn phở nóng lắm.
응아: 아~ 한 여름에 퍼 먹으면 너무 덥잖아요.

Hùng: Thế ăn nem nhé?
훙: 그럼 냄 먹을까?

Nga: Ôi ăn nem ngấy lắm.
응아: 아~ 냄은 너무 질리네요.

Hùng: Thế ăn bún chả nhé?
훙: 그럼 분짜 먹을까?

Nga: Ôi bún chả nhiều thịt, béo lắm.
응아: 아~ 분짜 고기 많아서 기름져요.

Hùng: Thế ăn cơm nhé?
훙: 그럼 밥 먹을까?

Nga: Ăn cơm chán lắm, ngày nào cũng ăn cơm.
응아: 지겨워. 밥을 맨날 먹잖아요.

Hùng: Thế tóm lại là em thích ăn gì?
훙: 그럼 대체 뭘 먹고 싶니?

Nga: Em ăn gì cũng được ạ.
응아: 아무거나요.

FLEX 문제 (Luyện tập FLEX)

Chọn một cách nói không đúng ngữ pháp trong các câu sau đây.

문제 1

A. Làm bài tập nhiều thì thế nào cũng giỏi.

B. Làm bài tập nhiều thì bao giờ cũng giỏi.

C. Làm bài tập nhiều thì chắc chắn sẽ giỏi.

D. Làm bài tập nhiều thì ai cũng giỏi.

문제 2

A. Tôi no rồi, nhưng có thể ăn thêm một chút nem nữa.

B. Anh cho tôi vay một ít tiền.

C. Anh chờ em một ít được không?

D. Em ấy chơi với tôi một lát rồi về.

문제 3

A. Nếu trời tạnh mưa thì chúng ta đi chơi nhé.

B. Nếu anh có thời gian thì lúc nào chúng ta gặp nhau đi.

C. Nếu không có gì thay đổi thì cuối năm em sẽ đủ tiền mua nhà.

D. Nếu em đói thì em gọi thêm nữa đồ ăn nhé.

제14과

Giao thông – Xe ôm Việt Nam và tàu điện ngầm Hàn Quốc

교통 - 베트남 쎄옴과 한국 지하철

학습 목표

- 베트남과 한국의 교통수단에 대해 이해할 수 있다.

어휘 (Từ vựng)

trời ơi	세상에, 저런	thử	시도하다
phương tiện	수단	lái	운전하다
công cộng	공공의	nguy hiểm	위험한
tàu điện ngầm	지하철	giao thông	교통
đường phố	길거리	phức tạp	복잡한
cẩn thận	조심하다	tắc đường	교통체증
hệ thống	체계, 질서	hiện đại	현대적인
thế giới	세계의, 세계		

대화문 (Hội thoại)

1

Eunha: Trời ơi, Hà Nội có nhiều xe máy quá.

은하: 저런, 하노이에 오토바이가 너무 많아.

Ngọc: Ở Hàn Quốc không có xe máy à?

응옥: 한국에는 오토바이가 없어?

Eunha: Có, nhưng không nhiều như ở Hà Nội.

은하: 있어, 그런데 이렇게 하노이처럼 많지는 않아.

Ngọc: Thế ở Hàn Quốc, mọi người đi lại bằng gì?

응옥: 그러면 한국에서 사람들은 뭐타고 다녀?

Eunha: Mọi người đi lại bằng phương tiện công cộng như tàu điện ngầm, xe buýt.
Nhiều người có ô tô riêng. Một số người có xe máy và xe đạp.

은하: 사람들은 지하철, 버스 같은 대중교통을 타고 다녀. 많은 사람이 자가용도 있고 일부 사람들이 오토바이와 자전거를 타고 다녀.

Ngọc: Đi lại bằng phương tiện nào tiện nhất?

응옥: 무슨 교통수단을 타고 다니면 가장 편리해?

Eunha: Đi bằng tàu điện ngầm tiện nhất. Còn ở Hà Nội?

은하: 지하철이 가장 편해. 하노이는 어때?

Ngọc: Ở Hà Nội đi lại bằng xe máy tiện nhất. Bởi vì đường phố Hà Nội nhỏ, và đông người.
Nếu không có xe máy thì có thể đi xe ôm.

응옥: 하노이에서는 오토바이가 가장 편해. 왜냐하면 하노이 길거리가 좁고 사람이 많아서야.
만약 오토바이가 없다면 오토바이 택시를 탈 수 있어.

Eunha: Xe ôm à? Ở Hàn Quốc không có xe ôm.

은하: 오토바이 택시? 한국에는 오토바이 택시가 없어.

2

Suji: Tớ muốn đi thử xe máy.

수지: 나 오토바이를 타보고 싶어.

Dũng: Suji có biết lái xe máy không?

중: 수지 오토바이 몰 줄 알아?

Suji: Không, nhưng tớ muốn thử.

수지: 아니, 그런데 해보고 싶어.

Dũng: Không được, nguy hiểm lắm. Cậu cần học lái xe đã.

중: 불가능해, 너무 위험해. 너는 우선 운전을 배워.

Suji: Tớ biết lái ô tô rồi.

수지: 나 자동차 운전은 할 수 있어.

Dũng: Lái ô tô và lái xe máy rất khác nhau. Giao thông ở Việt Nam phức tạp lắm, cậu nên cẩn thận.

중: 자동차와 오토바이 운전은 각각 달라. 베트남의 교통은 정말 복잡해. 너는 조심하는게 좋아.

Suji: Giao thông ở Việt Nam rất thú vị. Tớ chỉ không thích lúc tắc đường thôi.

수지: 베트남의 교통은 정말 재미있어. 나는 교통체증 시간만 좋아하지 않아.

Dũng: Ừ, nhưng cậu chưa quen mà.

중: 응, 그런데 너는 아직 익숙하지 않잖아.

Suji: Thế ngày mai tớ sẽ học lái xe máy. Cậu dạy tớ nhé.

수지: 그러면 내일 나 오토바이 운전 배울게. 네가 나를 가르쳐줘.

Dũng: Ừ, được.

중: 그래, 가능해.

3

Hùng: Hệ thống tàu điện ngầm của Seoul hiện đại quá.

훙: 서울 지하철 시스템이 정말 현대적이구나.

Minsu: Ừ, một trong những hệ thống tàu điện ngầm hiện đại nhất thế giới đấy.

민수: 응, 세계에서 가장 현대적인 지하철 시스템 중 하나야.

Hùng: Đi đâu cũng tiện.

훙: 어딜 가든지 편리해.

Minsu: Và dễ tìm đường nữa.

민수: 그리고 길 찾기도 쉬워.

Minsu: Ừ. Tớ nghĩ, người đi dưới mặt đất nhiều hơn người đi ở trên đường.

민수: 응. 내가 생각하기에 지하로 다니는 사람이 지상으로 다니는 사람보다 많아.

Hùng: Thế Seoul có bị tắc đường không?

훙: 그러면 서울은 길이 막혀?

Minsu: Có, vào giờ cao điểm vẫn bị tắc đường đấy.

민수: 응, 교통체증 시간은 여전히 많이 막히지.

문법 (Ngữ pháp)

1 *bằng*을 사용하여 말하는 방법 (Cách nói với *bằng*)

*bằng*을 가지는 구문은 행동의 수단, 방법을 나타내기 위해 사용된다. 그것은 교통수단 또는 실생활의 도구 등이 될 수 있다.

(Cấu trúc có từ *bằng* chỉ phương tiện, công cụ của hành động được thực hiện trong câu nói. Đó có thể là phương tiện giao thông, hay đồ dùng để ăn uống.)

Ví dụ

Người Hà Nội thường đi làm bằng xe máy.
하노이 사람들은 보통 오토바이를 타고 출근한다.

Người phương Đông ăn bằng đũa, người phương Tây ăn bằng dĩa.
동양인들은 젓가락으로 먹고, 서양인들은 포크로 먹는다.

Tôi thích viết bằng bút bi.
나는 볼펜으로 쓰는걸 좋아한다.

Trong lớp, các sinh viên nói chuyện với nhau bằng tiếng Việt.
교실에서 모든 학생들은 베트남어로 대화한다.

2 *tuy ~ nhưng* 구문 (Cấu trúc *tuy ~ nhưng*)

*Tuy ~ nhưng ~*은 상반된 의미를 가지는 두 명제를 표현하기 위한 구문이다. 베트남어에서 이 구문은 *mặc dù ~ nhưng ~* 구문과 동일하다.

(*Tuy ~ nhưng ~* là một cấu trúc thể hiện hai mệnh đề mang nghĩa tương phản. Trong tiếng Việt, cấu trúc này tương đương với cấu trúc *mặc dù ~ nhưng ~*.)

Ví dụ

Tuy trời mưa nhưng chúng tôi vẫn gặp nhau.
비록 비가 오지만 우리는 여전히 서로 만난다.

Mặc dù bị mệt nhưng em ấy vẫn đến lớp.
비록 피곤하지만 걔는 여전히 수업을 온다.

Chị ấy vẫn ăn mặc dù đã no lắm rồi.
그녀는 여전히 먹는다 비록 정말 배부르지만.

3 *nên / cần / phải* 사용법 (Cách dùng *nên / cần / phải*)

1) *nên*은 화자가 타인에게 다른 적합한 조건을 제시하는 등의 충고을 표현할 때 사용된다.

(*Nên* được sử dụng khi người nói khuyên người khác điều mà người nói cho là đúng.)

Ví dụ Trời mưa, cậu nên mang áo mưa.
비가 오면, 너는 비옷을 챙기는 것이 낫다.

Ở Việt Nam, anh nên học lái xe máy.
베트남에서는 오토바이 운전을 배우는 것이 낫다.

Ở đây có trẻ em, anh không nên hút thuốc.
여기에 어린이가 있으니 당신은 담배를 피지 않는 것이 좋겠어요.

2) *cần*은 화자가 어떤 일에 대해 필요성이 있음을 표현할 때 사용된다.

(*Cần* được sử dụng khi người nói đề cập đến một việc cần thiết được làm.)

Ví dụ Tôi cần mua một thẻ tàu điện ngầm.
나는 지하철 카드 한 장을 살 필요가 있다.

Chị ấy cần tiền mua nhà.
그녀는 집을 살 돈이 필요하다.

Chúng ta cần một quyển từ điển tiếng Việt.
우리는 베트남어 사전 한 권이 필요해.

3) *phải*는 화자가 반드시 해야만 하는 일에 대해 표현할 때 사용된다.

(*Phải* được sử dụng khi một người bị bắt buộc phải làm điều gì đó.)

Ví dụ Anh ấy đi vào đường một chiều nên anh ấy phải xuất trình giấy tờ cho công an.
그 형은 일방통행으로 들어가서 그 형은 경찰에게 면허증을 제시해야만 한다.

Học sinh phải làm bài tập trước khi đến lớp.
학생은 수업 전에 반드시 숙제를 해야한다.

4 문장 끝 *đã* 사용법 (Cách dùng *đã* ở cuối câu)

1) *đã*는 문장 끝에 쓸 수 있는 조사이며 우선 해야하는 행동을 표현하기 위해 사용된다. 그 후 다음 행동이 따라온다. (Dã là từ phụ ở cuối câu, biểu thị ý nghĩa của hành động trong câu cần được làm trước, sau đó sẽ đến việc khác.)

Ví dụ Tớ phải ăn cơm đã. (Việc ăn cơm cần thực hiện trước việc đi chơi)
나 밥 먼저 먹어야 해 (놀러가는 것 보다 먹는 것이 우선 실행 될 필요가 있다.)

Chúng ta phải học thật tốt đã, sau đó mới có thể có công việc tốt được.
우리 먼저 공부를 정말 잘해야 그 후에 좋은 일을 할 수 있어.

Bây giờ tớ chưa về nhà, tớ đi siêu thị đã.
지금 나 아직 귀가하지 않아, 나 마트 먼저 가.

연습 (Luyện Tập)

1 다음의 예시를 따라 질문과 답을 만드시오.
(Đặt câu hỏi và trả lời theo mẫu dưới đây.)

mẫu 1 *Cái vòng tay này làm bằng gì?*
Cái vòng tay này làm bằng đá

1) Đôi giày của anh / da

2) Cái bình kia / thủy tinh

3) Cái nhẫn của anh / vàng

4) Cái khăn này / lụa

5) Dây chuyền của chị / bạc

2 주어진 단어를 사용하여 문장을 완성하시오.

(Sử dụng từ cho sẵn để hoàn thành câu.)

mẫu 1 mệt / nghỉ một lát

Mệt quá rồi. Nghỉ một lát đã!

1) khát / uống một chút

2) đói / ăn một tí

3) học nhiều / đi chơi một lát

mẫu 2 chị Lan / bị ốm / đi học

Tuy chị Lan bị ốm nhưng (vẫn) đi học.

1) anh Tuấn / bị đau bụng / đi công tác

2) chúng em / rất mệt / đi chơi tiếp

3) chị ấy / ở Việt Nam lâu / chưa ăn phở

실용 회화 (Hội thoại thông dụng)

길에서 (Trên đường phố)

Donguk: Đường đông như kiến ấy.

동욱: 길이 왜 이렇게 붐비니? 무슨 차가 이렇게 개미처럼 많아.

Nam: Ừ, giờ tan tầm mà.

남: 응, 퇴근시간이잖아.

Donguk: Ai cũng hối hả về nhà nên dễ tắc đường lắm.

동욱: 다들 집에 빨리 가려고 해서 길이 계속 막혀.

Nam: Tắc đến nơi rồi.

남: 길이 거의 다 막혔네.

Donguk: Thế chắc chiều tối mình mới về đến nhà.

동욱: 이러다가 오후 늦게 집에 도착하겠네.

Nam: Chiều tối về đến nhà là may. Tớ sợ đến tối ấy chứ.

남: 오후 늦게 도착하면 다행이야. 난 저녁까지 밀릴까봐 걱정하고 있어.

Donguk: Biết thế mình đi xe máy có phải hơn không.

동욱: 이럴 줄 알았으면 오토바이를 타고 올 걸.

Nam: Biết thế thì nói làm gì. Bây giờ ngồi trên ô tô rồi, không có đường lùi đâu.

남: 이제 말해도 소용없어. 지금 차 탔는데 되돌릴 수 없잖아.

지하철 역 안에서 (Dưới ga tàu điện ngầm)

Minji: Mệt quá, chạy ba chân bốn cẳng mà vẫn lỡ tàu!

민지: 힘들어, 세 발 네발 미칠 듯이 뛰어왔는데 전철을 놓쳤다니!

Trang: Không sao, mấy phút nữa có chuyến khác mà.

짱: 괜찮아. 몇 분 후에 또 올 거잖아.

Minji: Đông người thế. Chắc lại phải đứng rồi.

민지: 사람 진짜 많다. 또 서서 가야겠다.

Trang: Đi tàu điện ngầm giờ này mấy khi có chỗ ngồi đâu.

짱: 이 시간에 지하철을 타면 자리가 있을 때가 별로 없잖아.

Minji: Uh, nhưng vẫn còn hơn đi xe buýt nhỉ. Đứng trên xe buýt mệt phờ râu trê.

민지: 응. 그래도 버스 타는 것보다 나아. 지금 버스를 타면 붕어 수염이 펴질 정도로 피곤할 거야.

FLEX 문제 (Luyện tập FLEX)

Chọn một câu trả lời đúng với câu hỏi cho trước.

문제 1 Hàng ngày em đến trường bằng phương tiện gì?

A. Vì nhà em ở gần trường nên em đi học bằng xe buýt.

B. Vì nhà em ở gần trường nên em đến trường bằng đi bộ.

C. Vì nhà em ở gần trường nên em đi bộ đến trường.

문제 2 Bây giờ chúng ta đi được chưa?

A. Em phải làm xong bài tập đã.

B. Em làm xong bài tập rồi đã.

C. Em làm xong đã bài tập rồi chúng ta đi.

D. Chúng ta đi rồi em làm bài tập đã.

Chọn từ / cụm từ gần nghĩa với từ / cụm từ được gạch chân

문제 1 Mặc dù anh ta giàu nhưng các cô gái không thích anh ta.

A. Tuy nhiên ~ nhưng ~

B. Tuy ~ nhưng ~

C. Không chỉ ~ mà còn ~

문제 2 Đó là một con đường hiểm trở, rất hiếm người qua lại.

A. ít B. nhiều C. lắm

문제 3 Bìa cuốn sách này làm bằng da.

A. nhờ B. từ C. bởi

문제 4 Em tôi mơ ước sau này sẽ là bác sĩ.

A. trở thành B. Trở nên C. hóa thành

문제 5 Cả bố mẹ tôi và anh chị tôi đều là giáo viên.

A. Vừa …. vừa… B. Chỉ… còn C. cả… lẫn

제15과

Tìm đường – Hãy chỉ cho tôi đường đến khách sạn Lotte Hà Nội.

길 찾기 - 저에게 하노이 롯데 호텔가는 길을 알려주세요.

학습 목표

• 베트남어로 길을 묻고 답할 수 있다.

어휘 (Từ vựng)

rẽ	꺾다, 돌다, 회전하다	bên	쪽
phải	오른편의	cây số	킬로미터
trái	왼편의	đi bộ	걸어가다
ngã tư	사거리	tiện	편리한
phía	쪽, 방향	lạc đường	길을 잃다
đón	마중하다	chỉ	단지, 가리켜주다
quay lại	되돌아가다, 유턴하다	xuống	내려가다
đi thẳng	직진하다		

대화문 (Hội thoại)

1 (NHĐ: Người hỏi đường, 길 묻는 사람 / NĐĐ: Người đi đường, 행인)

NHĐ: Anh ơi, anh làm ơn cho hỏi, đường đến khách sạn Lotte đi như thế nào ạ?

길 묻는 사람: 저기요, 질문 좀 하겠습니다. 롯데 호텔로 가려면 어떻게 가야하나요?

NĐĐ: Chị đi hết đường này thì rẽ phải. Sau đó đi thẳng, đến ngã tư thứ ba thì rẽ trái. Khách sạn Lotte ở phía bên phải.

행인: 이 길 끝까지 가서 우회전하세요. 그 후에 직진하시고 세 번째 사거리에서 좌회전 하시면 롯데호텔이 오른편에 있어요.

NĐH: Cảm ơn anh. Có xa không anh?

길 묻는 사람: 감사합니다. 먼가요?

NĐĐ : Cách đây khoảng 2 cây số chị ạ.

행인: 대략 여기서 2km 거리예요.

NHĐ: Tôi có thể đi bộ được không?

길 묻는 사람: 제가 걸어갈 수 있나요?

NĐĐ: Chị nên đi taxi. Ở đây taxi rất tiện.

행인: 택시 타는게 나아요. 여기는 택시가 정말 편해요.

NHĐ: Có xe buýt đi đến đó không anh?

길 묻는 사람: 거기로 가는 버스는 있나요?

NĐĐ: Tôi không biết.
행인: 저는 모르겠네요.

2

Hùng: A lô, em đã đến chưa?
훙: 여보세요, 너 도착했어?

Donguk: Em chưa đến.
동욱: 저 아직 도착하지 않았어요.

Hùng: Em đang ở đâu?
훙: 너 어디에 있어?

Donguk: Em đang ở…. Đê La Thành.
동욱: 저 데 라 타잉에 있어요.

Hùng: Vì sao em ở Đê La Thành? Khách sạn Lotte ở trên đường Đào Tấn.
훙: 너 왜 데 라 타잉이야? 롯데호텔은 다오 떤 길 위에 있어.

Donguk: Ơ, thế thì em lạc đường rồi.
동욱: 어, 그러면 저 길을 잃었어요.

Hùng: Em ở đấy. Anh đến đón.
훙: 너 거기있어. 형이 데리러 갈게.

Donguk: Không, anh chỉ đường cho em, em sẽ đến khách sạn.
동욱: 아니요, 형 길만 알려 주세요, 제가 호텔로 갈게요.

Hùng: Em đang ở bao nhiêu Đê La Thành?

훙: 너 데 라 타잉 몇 번지에 있어?

Donguk: Em ở 972 Đê La Thành.

동욱: 저 972번지 데 라 타잉에 있어요.

Hùng: Em quay lại, đi thẳng đến ngã tư thì rẽ trái. Đó là đường Nguyễn Chí Thanh. Đi thẳng đường Nguyễn Chí Thanh, qua một ngã tư lớn, đến đường Liễu Giai. Từ ngã tư đi 200 mét thì đến ngã ba. Em rẽ trái là đến đường Đào Tấn. Khách sạn Lotte ở phía bên phải.

훙: 너 뒤로 돌아서, 사거리까지 직진하고 좌회전해. 거기가 응우옌 찌 타잉 길이야. 응우옌 찌 타잉에서 직진하고 큰 사거리를 지나서 리에우 자이로 가. 사거리부터 200m 가면 삼거리야. 네가 좌회전하면 다오 떤 길에 이를거야. 롯데 호텔은 거기 오른편에 있어.

Donguk: Ôi··· khó quá. Anh đến đón em đi.

동욱: 와... 정말 어렵네요. 형 저 데리러 와주세요.

3

Hoa: Anh ơi anh làm ơn cho hỏi, đường đến trường Đại học Ngoại ngữ Hankuk đi như thế nào ạ?

화: 저기요 저 좀 묻겠습니다, 한국외국어대학교로 가는 길은 어떻게 가야 하나요?

Minji: Chị đi tàu điện ngầm, tuyến số 1. Đến ga Trường Đại học Hàn Quốc thì đi ra cửa số 5. Sau đó, chị đi thẳng, qua một ngã tư lớn là đến.

민지: (당신) 지하철 1호선 타세요. 한국외국어대학교역에서 내려서 5번 출구로 나가세요. 그 후에 직진하세요. 큰 사거리를 지나면 도착해요.

Hoa: Tôi có thể đi xe buýt được không?

화: 저 버스타고 갈 수 있나요?

Minji: Được. Chị đi xe buýt số 261, 147 hoặc 1222, và xuống ở bến Đại học Ngoại ngữ Hàn Quốc.

민지: 가능해요. 당신 261번 버스, 147번 버스 또는 1222번 타세요, 그리고 한국외국어대학교 정류장에서 내리세요.

Hoa: Cảm ơn anh nhiều.

화: 정말 고맙습니다.

문법 (Ngữ pháp)

1 *làm ơn cho hỏi*… 구문 (Cách hỏi lịch sự *làm ơn cho hỏi*…)

다른사람의 도움을 청할 때, *làm ơn* … 구문을 사용하여 물을 수 있다. 물을 때 예의를 갖추기 위해 *làm ơn cho hỏi*를 사용할 수 있다.

(Khi muốn người khác giúp mình điều gì, có thể sử dụng cấu trúc *làm ơn*…. Khi hỏi, để lịch sự cũng có thể dùng *làm ơn cho hỏi*.)

Ví dụ Anh làm ơn cho hỏi, bến xe buýt ở đâu ạ?
좀 묻겠습니다. 버스 정류장이 어디예요?

Chị làm ơn cho hỏi, bây giờ là mấy giờ?
좀 묻겠습니다, 지금 몇 시예요?

2 길 묻는 방법 (Cách hỏi đường)

Ví dụ Thư viện ở đâu ạ?
도서관이 어디예요?

Đường đến thư viện đi như thế nào ạ?
도서관 가는 길은 어떻게 가야 하나요?

Làm thế nào để đến thư viện ạ?
도서관에 가려면 어떻게 해야 하나요?

3 길을 가리키는 방법 (Cách chỉ đường)

1) ~장소에 도착하면 ~ 하세요[좌/우회전, 직진...] (Đến *địa điểm* thì *động từ*[rẽ trái/phải, đi thẳng···])

2) ~면 도착입니다. (~ là đến.)

Ví dụ Anh đến ngã tư thì rẽ trái.
당신 사거리에 이르면 좌회전 하세요.

Anh đi thẳng là đến.
당신 직진하면 도착해요.

4 사물의 위치를 묘사하는 방법 (Cách miêu tả vị trí của vật)

위치를 묘사할 때, 방향을 나타내는 단어군을 앞에 놓은 것이 일반적이다.

(Khi miêu tả vị trí của đồ vật, cụm từ chỉ địa điểm thường nằm ở vị trí đầu câu hơn là vị trí cuối câu.)

Ví dụ Khách sạn Lotte ở bên trái.
롯데호텔은 왼쪽에 있다.

Phía bên phải là cửa hàng đồ ăn nhanh.
오른쪽에는 패스트푸드점이다.

Phía trước là Hồ Gươm.
앞쪽에는 호안끼엠 호수이다.

Bên trái có một ngôi nhà.
왼쪽에는 집 한 채가 있다.

Trong nhà có người.
집 안에는 사람이 있다.

Dưới ghế có con mèo.
의자 아래에는 고양이가 있다.

Trên bàn có một lọ hoa.
책상 위에는 꽃병이 있다.

Ngoài sân có một cái ô tô.
마당에는 자동차 한 대가 있다.

5 *bao xa?, có xa không?*를 이용한 의문문 (Câu hỏi với *bao xa?, có xa không?*)

두 위치 간의 거리를 묻는 문장으로 *bao xa, có xa không?*을 문장 끝에 둔다.

(Đây là câu hỏi về khoảng cách giữa hai vị trí, với *bao xa, có xa không*? đứng ở cuối câu.)

Ví dụ

Từ đây đến đó bao xa? 여기에서 거기까지 얼마나 멀어?	Từ đây đến đó khoảng 2km. 여기에서 거기까지 2km야.
Từ nhà đến trường có xa không? 집에서 학교까지 멀어?	Từ nhà đến trường khoảng 15 phút đi bộ. 집에서 학교까지 걸어서 15분이야.

6 *Cách đây* 사용법 (Cách dùng *cách đây*)

*Cách đây*는 지리적인 거리 (현재 위치로부터 다른 위치까지) 혹은 시간적인 구간(현재로부터 과거로 거스르는 기간)을 표현하기 위해 사용된다.

(*Cách đây* được dùng để miêu tả khoảng cách địa lí (từ vị trí hiện tại đến một điểm khác) và khoảng cách thời gian (tính từ hiện tại ngược về quá khứ).)

Ví dụ

Trường tôi cách đây 1km.
내 학교는 여기서부터 1km이다.

Siêu thị cách đây không xa.
마트는 여기서 멀지 않다.

Tôi đến Việt Nam cách đây 1 tuần.
지금으로부터 1주일 전에 나는 베트남에 왔다.

Chị ấy vừa ngủ cách đây nửa tiếng.
그녀는 지금으로부터 30분 전에 막 잠들었다.

연습 (Luyện Tập)

1 다음의 요구와 같이 길을 찾아가는 대화를 연습하세요.
(Hãy thực hành hội thoại chỉ đường theo yêu cầu sau đây.)

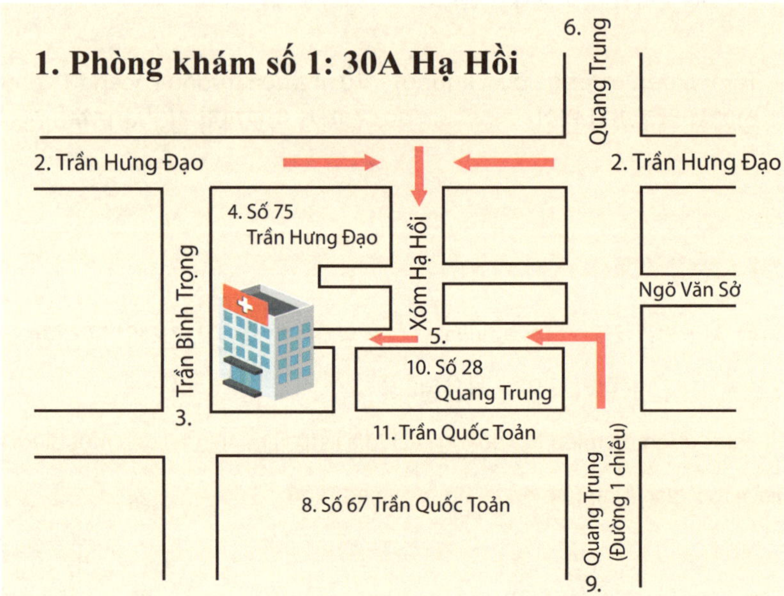

1. Hãy chỉ đường cho bạn của bạn đi từ đầu đường Quang Trung đến phòng khám.

2. Hãy chỉ đường cho bạn của bạn đi từ đường Ngô Văn Sở đến phòng khám.

2 주어진 단어를 사용하여 다음 예시와 같이 문장을 완성하시오.

(Sử dụng từ cho sẵn dưới đây để hoàn thành câu.)

mẫu 1 nhà hàng ABC / khách sạn Sen / 1km

Q: Từ nhà hàng ABC đến khách sạn Sen bao xa?

A: Từ nhà hàng ABC đến khách sạn Sen 1km.

1) nhà chị / trường học / khoảng 5km

2) ngân hàng / nhà thờ lớn / khoảng 700m

3) hiệu sách / ký túc xá / 3km

4) bưu điện / cửa hàng / 800m

5) sân bay / trung tâm thành phố / 35km

3 다음 예시를 따라 주어진 단어를 사용하여 질문과 대답을 작문하시오.
(Hãy đặt câu và trả lời câu hỏi theo mẫu dưới đây.)

mẫu 1 khách sạn Hoàn Kiếm / phố Trần Hưng Đạo

Q: Xin lỗi anh, khách sạn Hoàn Kiếm ở phố nào?

A: Khách sạn Hoàn Kiếm ở phố Trần Hưng Đạo.

1) bưu điện trung tâm / phố Đinh Tiên Hoàng

2) thư viện Quốc gia / phố Tràng Thi

3) ngân hàng Nhà nước / phố Lý Thái Tổ

mẫu 2 nhà hàng Hàn Quốc / cuối phố này

Q: Anh có biết nhà hàng Hàn Quốc ở đâu không?

A: Có, nhà hàng Hàn Quốc ở cuối phố này.

1) nhà hát lớn / bên trái khách sạn Hillton.

2) rạp chiếu phim / đối diện hiệu sách

3) bến xe / bên cạnh bảo tàng

실용 회화 (Hội thoại thông dụng)

1 Sumin: Này! siêu thị Lotte đi thế nào nhỉ?
수민: 야! 롯데마트에 어떻게 가니?

Linh: Đi từ đâu?
링: 어디에서 가는 거야?

Sumin: Đi từ đây.
수민: 여기서.

Linh: Ra ngoài bắt 1 cái taxi bảo nó chở đến là xong, đỡ phải nghĩ.
링: 나가서 택시를 한 대 잡고 거기로 태워달라고 하면 되는데, 생각할 필요없어.

Sumin: Tốn lắm.
수민: 비싸잖아.

Linh: Thế thì từ đây đi về phía bên trái. Đến ngã tư gần nhất thì rẽ phải. Có nhìn thấy cái nhà cao cao kia không? Đấy, siêu thị ở đấy. Đi qua vài ngã tư là đến.
링: 그럼 여기서 왼쪽으로 간 다음에 가장 가까운 사거리에서 오른쪽으로 가. 저기 높은 건물이 보이지? 마트가 저기에 있어. 사거리 몇 개 지나면 도착할 거야.

Sumin: Gần thế.
수민: 가깝네.

Linh: Nhìn thì gần thôi. Đường chim bay thì gần, đi bộ thì xa lắm.
링: 보기에만 가까워. 날아가면 몰라도 걸어가면 멀어.

2 Trang: Ở Hàn Quốc có khó tìm đường không nhỉ?

짱: 한국에서는 길 찾기가 힘들어?

Jiho: Sao cậu lại hỏi thế?

지호: 왜 그걸 물어?

Trang: Tớ sắp đi du học rồi.

짱: 내가 곧 유학가거든.

Jiho: Ồ chúc mừng chúc mừng. Yên tâm, dễ lắm, không khó đâu.

지호: 오~ 축하축하. 걱정 마, 정말 쉬워, 어렵지 않아.

Trang: Tớ bị mù đường. Hay đi lạc lắm.

짱: 나 길치야. 자주 길을 잃어버려.

Jiho: Ở Hàn Quốc cậu cứ đi tàu điện ngầm là đi được hết. Có biển chỉ dẫn hết.

지호: 한국에서 지하철을 타면 많은 곳에 갈 수 있어. 표지판이 다 있어.

Trang: Các nơi cách nhau có xa không?

짱: 각 지역이 서로 멀어?

Jiho: Có chỗ xa có chỗ gần, nhưng đi tàu điện ngầm không lạc đâu.

지호: 먼 곳도 있고 가까운 곳도 있어, 근데 지하철을 타면 길을 안 잃어버려.

Trang: Ừ, hi vọng thế.

짱: 응, 그랬으면 좋겠다.

FLEX 문제 (Luyện tập FLEX)

문제 1 Chọn một cách nói gần nghĩa với câu cho trước.

Từ Viện bảo tàng Dân tộc học đến đây khoảng 5 km.

A. Từ Viện bảo tàng Dân tộc học ở đây khoảng 5 km.

B. Viện bảo tàng Dân tộc học cách đây khoảng 5 km.

C. Viện bảo tàng Dân tộc học từ đây khoảng 5 km.

Nhà tôi ở phía bên trái trường học.

A. Từ nhà tôi đến trường học không xa lắm.

B. Trường học ở phía bên phải nhà tôi.

C. Trường học ở cách nhà tôi một chút.

D. Tôi đi học rất gần.

문제 2 Đọc đoạn văn rồi chọn câu trả lời đúng:

Từ nhà Lan đến trường khoảng 5km. Lan thường đi xe đạp đi học, hoặc đi xe buýt. Lan thích đi xe đạp hơn vì đi xe đạp là tập thể dục. Từ nhà, Lan đi thẳng khoảng 500 mét, gặp một ngã tư thì rẽ phải. Đi thẳng qua hai ngã tư, đến ngã tư thứ ba thì rẽ trái. Đi hơn 1km nữa, gặp một ngân hàng thì rẽ trái, đi khoảng 300 mét, qua một bệnh viện là đến trường.

2.1. Từ nhà đến trường, Lan phải đi qua mấy ngã tư?

A. 2 B. 3 C. 4 D. 5

2.2. Thông tin nào là đúng về địa điểm của trường Lan?

A. Trường của Lan nằm cạnh ngân hàng.

B. Trường của Lan nằm ở bên trái bệnh viện.

C. Trường của Lan ở gần bệnh viện.

D. Trường của Lan cách ngã tư cuối cùng 1 km.

제16과

Bệnh viện - Tại phòng cấp cứu bệnh viện Việt Nam

병원 - 베트남 응급실에서

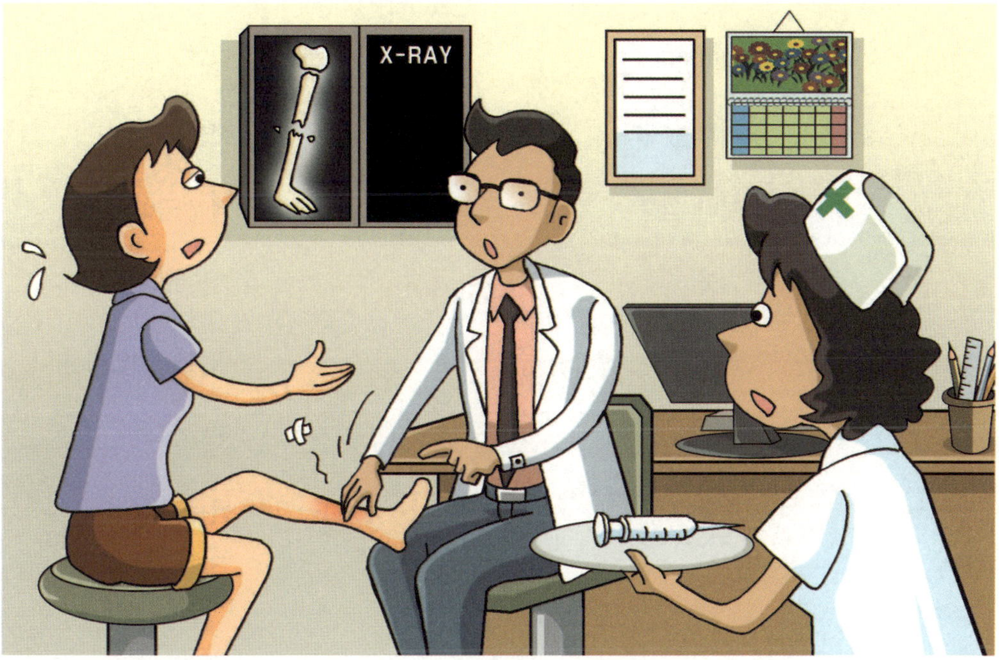

학습 목표

- 베트남어로 질병의 증상을 표현할 수 있다.

어휘 (Từ vựng)

ngã	넘어지다, 부러지다	cấp cứu	구급의
cầu thang	계단, 사다리	bệnh nhân	환자
đau	아프다	chụp	찍다
bàn chân	발바닥	viêm ruột thừa	맹장염
đứng	일어서다	kết quả	결과
chảy máu	피를 흘리다	khám	진찰하다
sưng	붓다, 염증	rạn xương	뼈에 금이가다
bọt	거품	cử động	거동하다
nạng	목발	liều	위험한, 결연히 하다
dữ dội	사나운, 거친	nôn mửa	구토하다
phẫu thuật	수술	đỏ	붉은

대화문 (Hội thoại)

1

Hùng: A lô, chị Mina à? Chị gọi em có việc gì thế?

훙: 여보세요, 민아 누나예요? 무슨 일 때문에 저에게 전화하셨어요?

Mina: Chị bị ngã cầu thang, đau quá.

민아: 나 계단에서 넘어져서, 너무 아파.

Hùng: Hả? Chị bị làm sao?

훙: 네? 왜 아프다구요?

Mina: Chị bị ngã cầu thang.

민아: 계단에서 넘어졌어.

Hùng: Bây giờ chị cảm thấy thế nào?

훙: 지금 느낌이 어때요?

Mina: Đau lắm.

민아: 너무 아파.

Hùng: Chị bị đau ở chỗ nào?

훙: 누나 어디가 아파요?

Mina: Chị đau ở chân. Bàn chân trái. Đau lắm. Chị không thể đứng dậy được.

민아: 나 다리가 아파. 왼쪽 발바닥. 너무 아파. 나 일어설 수가 없어.

Hùng: Chân chị có bị chảy máu hay bị sưng không?

훙: 누나 다리에 피나요 아니면 부었어요?

Mina: Không bị chảy máu nhưng bị sưng và đỏ.

민아: 피는 안 나는데 부어올라서 빨갛게 됐어.

Hùng: Chị phải vào viện ngay. Em sẽ gọi cấp cứu cho chị.

훙: 누나 바로 병원에 가야해요. 제가 구급차 부를게요.

Mina: Đau quá, nhanh lên...

민아: 너무 아파, 빨리해줘...

Hùng: A lô, bệnh viện Việt Đức phải không? Làm ơn cho một xe cấp cứu đến nhà số 33, đường Trung Hòa. Có một bệnh nhân cần cấp cứu...

훙: 여보세요? 비엣 득 병원이죠? 쭝화길 33번지에 구급차 한 대 보내주세요. 구급차가 필요한 환자가 한 명 있어요.

2 응급병동에서 (Trong phòng cấp cứu)

Bác sĩ: Chị bị ngã lâu chưa?

의사: 당신은 넘어진지 오래 됐나요?

Mina: Tôi bị ngã cách đây 1 tiếng.

민아: 저 넘어진지 한 시간 됐어요.

Bác sĩ: Ngoài chân ra, chị có bị đau ở đâu nữa không?

의사: 다리 말고, (당신) 다른데 더 아픈 곳 있나요?

Mina: Không ạ, tôi chỉ đau chân thôi.

민아: 아니요, 다리만 아파요.

Bác sĩ: Chị cần đi chụp X Quang ngay. Sau khi có kết quả chụp X Quang, tôi sẽ khám cho chị.

의사: 당신 엑스레이 찍어야 할 필요가 있네요. 엑스레이 결과 후에 진찰할게요.

Mina: Vâng ạ.

민아: 네.

엑스레이 촬영 후 (Sau khi chụp X Quang)

Bác sĩ: Chị bị rạn xương bàn chân rồi.

의사: 당신 뼈에 금이 갔네요.

Mina: Ôi, tôi có cần làm phẫu thuật không?

민아: 오, 저 수술할 필요가 있나요?

Bác sĩ: Không cần. Nhưng chị phải bó bột trong 1 tháng. Chị không được cử động mạnh, và đừng tháo bột sớm nhé.

의사: 아니요. 그런데 한 달 동안 깁스하셔야만 해요. 당신 너무 세게 움직이지 말고 깁스를 일찍 풀면 안돼요.

Mina: Vâng, thưa bác sĩ. Tôi sẽ phải nằm trên giường 1 tháng, phải không ạ?

민아: 네, 의사 선생님. 저 한 달동안 입원 해야 하는 건가요?

Bác sĩ: Chị có thể đi bằng nạng. Chị yên tâm, chị bị thương nhẹ thôi. Chị nhớ uống thuốc đúng giờ và đủ liều nhé.

의사: 당신 목발로 다녀야해요. 안심하세요, 가볍게 다쳤어요. 당신 제 때 약먹고 정량 맞춰 먹는 것을 기억하세요.

3

Bác sĩ: Bệnh nhân này bị làm sao?

의사: 이 환자는 어디가 아파요?

Người nhà: Em ấy bị đau bụng dữ dội.

친척: 그 아이는 심하게 배가 아파요.

Bác sĩ: Có nôn mửa không?

의사: 구토가 있나요?

Người nhà: Dạ một lần ạ.

친척: 네, 한 번이요.

Bác sĩ: Ăn uống thế nào?

의사: 먹은 것들은 어떻게 되죠?

Người nhà: Hôm nay em ấy không muốn ăn và cũng không ăn gì cả.

친척: 오늘 그 아이는 먹기를 원치 않았고 또한 아무것도 먹지 않았어요.

의사가 진찰한다 (Bác sĩ khám)

Bác sĩ: Có đau ở đây....ở đây...ở đây không?

의사: 여기... 여기... 여기... 아파요?

Bệnh nhân: Dạ có....có...có ạ. Đau quá ạ. Ôi đau quá, ôi ôi.

환자: 네... 네... 네... 너무 아파요. 아악 너무 아파요, 악 악.

Bác sĩ: Viêm ruột thừa. Phải nhập viện và phẫu thuật ngay.

의사: 맹장염이에요. 입원하셔서 바로 수술해야 합니다.

Người nhà: Có nguy hiểm không bác sĩ?

친척: 위험하지 않나요 의사 선생님?

Bác sĩ: Không, bệnh thường gặp thôi.

의사: 아니요, 종종 있는 병이에요.

문법 (Ngữ pháp)

1 bị làm sao, (cảm) thấy thế nào, đau ở đâu 구문 (bị làm sao, (cảm) thấy thế nào, đau ở đâu)

1) ~ *bị làm sao* 의문문은 환자의 병세, 상태 또는 건강을 묻기 위해 사용된다.

(Câu hỏi ~.*bị làm sao* được dùng để hỏi về bệnh tình, trạng thái , sức khỏe của bệnh nhân.)

Ví dụ

Chị bị làm sao? 당신 어떻게 아파요?	Tôi bị đau bụng. 저는 배가 아파요.
Chân chị làm sao? 당신 다리가 어때요?	Chân tôi bị đau. 제 다리가 아파요.

2) 그 외에 환자의 감정 상태를 묻기 위해 *cảm thấy thế nào*를 사용할 수 있다.

(Ngoài ra, khi hỏi về cảm giác của bệnh nhân còn có thể sử dụng *cảm thấy thế nào*.)

Ví dụ

Bây giờ em cảm thấy thế nào? 지금 너 느끼기에 어때?	Em hết đau rồi ạ. 저 통증이 멈췄어요.
Chỗ này, chỗ này...anh thấy thế nào? 여기, 여기... 당신 느낌이 어때요?	Dạ đau và mỏi ạ. 네, 아프고 저리네요.

3) 신체의 아픈 부분을 구체적으로 물을 때 *đau ở đâu* 의문문이 사용된다.

(Khi hỏi cụ thể về vùng bị đau trên cơ thể, câu hỏi *đau ở đâu* được sử dụng.)

Ví dụ

Anh bị đau ở đâu? 당신 어디가 아파요?	Em bị đau ở đầu ạ. 저 머리가 아파요.
Chị đau ở đâu? 당신 어디가 아파요?	Tôi đau bụng. 나는 배가 아파요.

2 수동태 (bị, được)

동사 앞에 *bị*를 사용하여 좋지 않은 상황을 표현할 때 사용한다.

(Tiếng Việt sử dụng *bị* trước động từ để biểu thị một điều không tốt hoặc không may xảy ra mà người nói không thích.)

Ví dụ

Chị bị làm sao? 당신 어디가 아파요?	Tôi bị ốm. 저 아파요.
Vì sao em ấy khóc? 왜 너 울고 있니?	Vì em ấy bị ngã. 넘어져서요.
Máy tính của anh đâu? 당신 컴퓨터 어디 있어요?	Bị hỏng rồi. 고장났어요.

동사 앞에 *được*을 사용하여 좋은 상황을 표현할 때 사용한다.

(Tiếng Việt sử dụng *được* trước động từ để biểu thị một điều xảy ra mà người nói cho là tốt hoặc may mắn.)

Ví dụ

Tôi được bố mẹ khen.
나는 부모님께 칭찬을 받았다.

Hà Nội được nhiều người yêu.
하노이는 많은 사람들로부터 사랑을 받는다.

Em ấy được nhiều giáo sư khen.
그 학생은 많은 교수님들에게 칭찬을 받았다.

이외에, *được* 을 동사 뒤에 사용하여 다행이거나 좋은 상황을 표현할 때 사용하기도 한다.
(Ngoài ra, *được* sử dụng sau động từ để biểu thị một điều xảy ra mà người nói cho là tốt hoặc may mắn.)

Ví dụ Nhiều người xem phim này nên rất khó mua vé, nhưng tôi đã mua được 2 vé xem phim tối nay.
많은 사람들이 보기에 이 영화표는 구하기 정말 어렵지만, 나는 2장을 구할 수 있었다.

Tôi không biết đường, nhưng tôi tìm được đường rồi.
나는 길을 모르는데, 길을 찾게 되었다.

Chị ấy đã kết hôn 10 năm rồi. Năm nay chị ấy mới sinh được một cậu con trai.
그녀는 결혼한 지 10년이 되었다. 올해 그녀는 아들 한 명을 낳았다.

몇몇 상황에서는 *được*을 좋은점을 주체적으로 성취하였음을 표현하기 위해 하나의 동사로 독립적으로 사용할 수 있다.
(Trong một số trường hợp, *được* có thể dùng độc lập như một động từ để biểu thị chủ thể đạt được một điều gì đó tốt.)

Ví dụ Tôi được điểm tốt.
Tôi được tiền.

3 *ngoài ~ ra* 구문 (*ngoài ~ ra*)

ngoài ~ ra 구문은 또다른 의미를 추가로 표현하기 위해 사용된다. *ngoài ~ ra*구문은 *Ngoài ra, Ngoài~*와 같이 변형되어 사용되기도 한다.
(Cấu trúc *ngoài ~ ra* biểu thị ý nghĩa bổ sung bên cạnh ý nghĩa đã có. Cấu trúc *ngoài ~ ra* có một số biến thể như *Ngoài ra, Ngoài ~*.)

Ví dụ Ngoài thích tiếng Việt ra, tôi còn thích tiếng Hàn nữa.
베트남어를 좋아하는 것 이외에 나는 한국어도 좋아한다.

Ngoài thích tiếng Việt, tôi còn thích tiếng Hàn nữa.
베트남어를 좋아하는 것 이외에 나는 한편으로 한국어 또한 좋아한다.

Tôi thích tiếng Việt. Ngoài ra, tôi còn thích tiếng Hàn nữa.
베트남어를 좋아하는 것 이외에 나는 한편으로 한국어 또한 좋아한다.

4 시간을 나타내는 *trước, trước khi, sau, sau khi* 사용법 (Cách sử dụng các từ chỉ thời gian *trước, trước khi, sau, sau khi*)

Trước / Sau danh từ (시간을 나타내는 명사)

Trước khi / Sau khi động từ (동사), mệnh đề (명제)

Ví dụ Trước 2 giờ, tôi sẽ đến.
나는 2시 전에, (나는) 도착해.

Sau thứ 5, tôi sẽ có thời gian.
목요일 이후에, 나는 시간이 있어.

Trước khi đi học, tôi ăn cơm. (주어가 같은 경우)
학교가기 전에, 나는 밥을 먹는다.

Sau khi tan học, tôi về nhà. (주어가 같은 경우)
수업을 마치고, 나는 귀가한다.

Trước khi anh ấy vào cấp cứu, tôi đã khám cho anh ấy ở nhà rồi. (주어가 다른경우)
그 형이 응급실로 들어가기 전에 나는 그를 집에서 진찰하였다.

Sau khi chị đi chụp X-Quang, tôi sẽ khám cho chị.
그녀가 엑스레이를 찍은 후에 나는 그녀를 진찰할 것이다.

5 *đừng, cấm, không được* 의 사용법 (Cách sử dụng *đừng, cấm, không được*)

Đừng, cấm, không được 은 동사 앞에 위치하여 그 일을 하지 않도록 충고할 때 사용한다. (또는 타인에게 하지 않도록 경고할 시에)

(Các từ *đừng, cấm, không được* đứng trước động từ để biểu thị ý không cho phép người khác làm việc gì (hoặc cảnh bảo người khác không được làm gì))

1) *Cấm*은 가장 강한 의미로 불허함을 나타낸다.

(*Cấm* có ý nghĩa mạnh nhất, không cho phép người khác làm gì đó.)

Ví dụ Cấm ăn kẹo cao su trong lớp học.
수업 중에 껌을 씹는 것을 금지한다.

Cấm hút thuốc.
금연

Cấm sử dụng thuốc bừa bãi.
약을 마음대로 사용하는 것을 금지한다.

2) *Không được* 은 *cấm*보다는 약한 의미이며 하지 않도록 의견을 표현할 때 사용된다.

(*Không được* có ý nghĩa nhẹ hơn *cấm*, thể hiện ý của người nói không cho người khác làm gì.)

Ví dụ Không được vứt rác ở đây.
여기에 쓰레기를 버리면 안된다.

Không được đánh nhau.
서로 싸우면 안된다.

3) *Đừng*은 '하지 마라'라는 의미로 어떤 일을 하지 않도록 권유할 때 사용된다.

(*Đừng* được sử dụng khi người nói khuyên người nghe không nên làm việc gì đó.)

Ví dụ

Đừng uống rượu nữa, hại lắm.
술을 더 마시지 마라, 정말 해롭다.

Đừng nói to, em bé đang ngủ.
크게 말하지 마라, 아이가 자고 있다.

연습 (Luyện Tập)

1 다음 예시와 같이 문장을 만드시오. (Hãy đặt câu theo mẫu dưới đây.)

mẫu *Anh bị làm sao?* *Tôi bị cảm.*

1. ho
2. sốt
3. mệt
4. đau đầu
5. đau mắt
6. đau lưng
7. đau bụng
8. viêm họng

2

Bị 또는 *được* 을 다음 빈칸에 넣으시오.

(Điền *bị* / *được* vào các câu sau.)

1. Tôi ＿＿＿＿ điểm tốt.
2. Chị ấy ＿＿＿＿ điểm kém.
3. Em ấy ＿＿＿＿ tai nạn.
4. Anh ấy ＿＿＿＿ gặp bà tổng thống.
5. Cái đèn này ＿＿＿＿ hỏng rồi.

실용 회화 (Hội thoại thông dụng)

1 Suji: Ôi Mina bị ngất rồi!
수지: 어머나 민아가 쓰러졌어!

Nga: Sao? sao? làm sao?
응아: 왜? 왜? 무슨 일이 있어?

Suji: Mina bị ngất. Bạn ấy từ bên ngoài đi vào lớp rồi ngất luôn. Làm thế nào bây giờ?
수지: 민아가 쓰러졌어. 밖에서 교실에 들어오자마자 쓰러졌어. 어떡하지?

Nga: Sơ cứu đi. Khẩn trương.
응아: 바로 응급 처치해야 돼. 빨리.

Suji: Sơ cứu thế nào?
수지: 응급 처치를 어떻게 해?

Nga: Người bạn ấy lạnh quá. Dầu đâu, bôi vào thái dương. Áo đâu, đắp lên người bạn ấy.
응아: 몸이 너무 차가워. 멘톨(기름) 어디 있어? 이마 양쪽 옆(측두엽)에 발라줘. 옷 어디 있어, (민아에게) 덮어줘.

Suji: Xong rồi làm gì bây giờ? Tớ sợ lắm.
수지: 됐어 이제 뭐해? 무서워.

Nga: Đừng có cuống lên. Phải bình tĩnh. Gọi cấp cứu đi.
응아: 너무 당황하지 마. 진정해. 구급차를 불러줘.

Suji: Số cấp cứu là bao nhiêu?

수지: 응급번호가 몇 번이지?

Nga: 115.

응아: 115야.

2 Bác sĩ: May cho anh là bệnh không nặng. Hôm nay anh ra viện được rồi.

의사: 다행이 병이 심각하지 않습니다. 오늘 퇴원하실 수 있습니다.

Bệnh nhân: Vâng, cảm ơn bác sĩ, May quá. Về nhà tôi có phải chú ý gì không?

환자: 네, 감사합니다. 다행이네요. 집에 가서 주의해야 되는 거 없습니까?

Bác sĩ: Quan trọng là ăn uống điều độ, tập thể dục đều đặn. Còn nữa, bỏ thuốc lá đi.

의사: 중요한 것은 식사를 자제하며 하셔야 하고 운동도 자주 하셔야 됩니다. 그리고 담배를 끊으세요.

Bệnh nhân: Khó quá bác sĩ ạ. Tôi tập mãi mà chưa bỏ được.

환자: 너무 어렵습니다. 계속 끊으려고 했는데 잘 안 되더라고요.

Bác sĩ: Thế thì hẹn anh lần tới ở phòng cấp cứu. Không lâu đâu.

의사: 그럼 나중에 응급실에서 만납시다. 멀지 않습니다.

Bệnh nhân: Ối vâng vâng, tôi sẽ bỏ.

환자: 네네, 담배를 끊겠습니다.

Bác sĩ: Anh phải uống thuốc đúng như chỉ dẫn. Không được bỏ giữa chừng. Nếu không đúng là bị nhờn thuốc đấy, nguy hiểm lắm.

의사: 약은 설명 드린 대로 드셔야 되고 중간에 그만 드시면 안 됩니다. 그렇게 안 하신다면, 내성이 있어서 매우 위험합니다.

Bệnh nhân: Vâng ạ.

환자: 네.

FLEX 문제 (Luyện tập FLEX)

Chọn một cách nói gần nghĩa với câu cho trước.

문제 1 Ngoài piano, cô ấy còn chơi được violon nữa.

A. Cô ấy chỉ chơi được violon.

B. Cô ấy chơi được violon, trừ piano.

C. Cô ấy chơi được cả violon lẫn piano.

문제 2 Tất cả mọi thứ trong nhà cô ấy đều sạch sẽ.

A. Thứ gì trong nhà cô ấy cũng sạch sẽ.

B. Trong nhà cô ấy cái gì cũng khá sạch sẽ.

C. Tất cả mọi thứ trong nhà cô ấy đều không sạch sẽ.

문제 4 Sau khi anh ấy giải thích, họ đã nghe ra vấn đề.

A. Sau khi anh ấy giải thích, họ đã hiểu được vấn đề.

B. Sau khi anh ấy giải thích, họ đã nghe được vấn đề.

C. Sau khi anh ấy giải thích, họ đã nghe thấy vấn đề.

문제 5 Mặc dù đã no nhưng tôi vẫn muốn ăn thêm một chút nữa vì món này ngon quá.

A. Mặc dù đã no nhưng tôi vẫn muốn ăn thêm món này ngon quá.

B. Tuy đã no nhưng tôi vẫn chưa muốn ăn tại món này ngon quá.

C. Dù đã no nhưng tôi vẫn muốn ăn thêm chút nữa bởi vì món này ngon quá.

제17과

Ngân hàng - Tôi định gửi tiền cho gia đình ở Hàn Quốc.

은행 - 나는 한국에 있는 가족에게 돈을 보낼 예정입니다.

학습 목표

• 베트남어로 은행 업무를 볼 수 있다.

어휘 (Từ vựng)

đón tiếp	환영하다, 맞이하다	chứng minh nhân thân	신원증명
lượt	횟수, 차례	bổ sung	보충하다
quầy	진열대, 창구	tài khoản	계좌
giao dịch	교역(응대)	thẻ ngân hàng	은행카드
điền (vào)	기입하다	mã	번호(코드)
yêu cầu	요구하다	ví	지갑
gửi tiền	송금하다	nhận tiền	수취하다
rút tiền	인출하다	vay	대출하다 (돈을 빌리다)
thông tin	정보		

대화문 (Hội thoại)

은행 안내 데스크에서 (Tại nơi đón tiếp của ngân hàng)

Nhân viên 1: Chào anh, anh định làm gì ạ?

직원 1: 안녕하세요, 무엇을 하실 예정이십니까?

Seonu: Chào cô, tôi định gửi tiền cho gia đình ở Hàn Quốc.

선우: 안녕하세요, 저는 한국에 있는 가족에게 돈을 송금할 예정입니다.

Nhân viên 1: Anh có mang hộ chiếu không?

직원 1: 당신은 여권을 가지고 있나요?

Seonu: Có ạ. Bây giờ tôi phải làm gì?

선우: 네. 지금 제가 뭘 해야하나요?

Nhân viên 1: Bây giờ anh lấy số. Sau đó, anh chờ đến lượt nhé.

직원 1: 지금 번호 가져가세요. 그 후, 차례를 기다리세요.

Seonu: Vâng.

선우: 네.

창구에서 (Tại quầy giao dịch)

Nhân viên 2: Chào anh, tôi có thể giúp gì được anh?

직원 2: 안녕하세요, 무엇을 도와드릴까요?

Seonu: Chào cô, tôi muốn gửi tiền cho gia đình ở Hàn Quốc.

선우: 안녕하세요, 저는 한국에 있는 가족에게 돈을 보내길 원합니다.

Nhân viên 2: Vâng. Anh vui lòng điền thông tin vào tờ yêu cầu chuyển tiền này.

직원 2: 네. 당신 송금 요청서에 정보를 기입해주세요.

Seonu: Tôi điền xong rồi.

선우: 다 기입하였습니다.

Nhân viên 2: Anh đưa cho tôi tờ yêu cầu, giấy chứng minh nhân thân, hộ chiếu, và tiền.

직원 2: (당신) 요청서, 신원증명서, 여권 그리고 돈을 저에게 주세요.

Seonu: Xin lỗi cô, giấy chứng minh nhân thân là gì?

선우: 실례합니다, 신원증명서가 무엇인가요?

Nhân viên 2: Dạ, là giấy chứng minh quan hệ của anh và người được nhận tiền.

직원 2: 네, 그것은 당신과 받는 사람의 관계증명서입니다.

Seonu: Ồ, tôi không biết là ngân hàng cần giấy này.

선우: 오, 저는 은행에서 이 서류가 필요한지 몰랐어요.

Nhân viên 2: Vâng, anh không có ạ?

직원 2: 네, (당신) 없으신가요?

Seonu: Tôi không có. Lần sau tôi sẽ bổ sung.

선우: 없습니다. 다음번에 다시 오겠습니다.

Nhân viên 2: Vâng, chào anh.

직원 2: 네, 안녕히가세요.

2

Nhân viên 2: Chào chị, chị cần gì ạ?

직원 2: 안녕하세요, 무엇이 필요하신가요?

Minsu: Chào chị, tôi muốn mở tài khoản.

민수: 안녕하세요, 저는 계좌를 만들고 싶어요.

Nhân viên 2: Vâng, mời chị điền vào tờ khai này. Chị cho tôi xem hộ chiếu của chị.

직원 2: 네, 이 신청서에 기입해주세요. 당신의 여권을 저에게 보여주세요.

Minsu: Hộ chiếu của tôi đây.

민수: 제 여권이 여기 있습니다.

Nhân viên 2: Chị mở tài khoản tiền đô-la hay tiền Việt ạ?

직원 2: 달러 계좌를 여실 건가요 베트남 동화 계좌를 여실 건가요?

Minsu: Tiền Việt.

민수: 베트남 동화입니다.

Nhân viên 2: Chị có muốn gửi tiền vào tài khoản không?
직원 2: 당신은 입금을 원하시나요?

Minsu: Có ạ.
민수: 네.

Nhân viên 2: Thế chị điền thông tin vào tờ gửi tiền vào tài khoản này.
직원 2: 그러면 이 계좌에 입금하기 위한 정보를 입금서류에 기입해주세요.

Minsu: Vâng.
민수: 네.

Nhân viên 2: Xong rồi chị ạ. Đây là thông tin tài khoản và thẻ ngân hàng của chị. Chị ra cây ATM để thay đổi mã PIN nhé.
직원 2: 끝났습니다. 이것은 계좌 정보와 당신의 은행 카드입니다. 당신은 ATM기에 핀코드를 변경하러 가세요.

Minsu: Cảm ơn chị.
민수: 감사합니다.

3

Mina: Cậu có tiền không? Cho tớ vay một ít để đi chợ.
민아: 너 돈 있어? 나 시장가려는데 조금만 빌려줘.

Lan: Cậu hết tiền rồi à? Hôm nay tớ quên mang ví.

란: 너 돈 다썼어? 내가 오늘 지갑 가져오는 거 잊어버렸어.

Mina: Thế ở đây có cây ATM nào không?

민아: 그러면 여기에 어떤 ATM기라도 있어?

Lan: Có. Cách đây 100m có 1 cây ATM.

란: 있어. 여기서 100m 거리에 ATM기가 한 대 있어.

Mina: Tớ sẽ đi rút tiền.

민아: 나 출금하러 갈게.

Lan: Rút thêm một ít cho tớ vay nhé.

란: 조금 더 인출해서 나도 빌려줘.

문법 (Ngữ pháp)

1 *gửi, chuyển, đưa* 단어 사용법 (*Các từ gửi, chuyển, đưa*)

1) 주어(Chủ ngữ) + gửi / chuyển / đưa + 보어1(bổ ngữ 1) + *cho* + 보어2(bổ ngữ 2)

(물건) (사람)

Ví dụ Mẹ gửi tiền cho tôi.
어머니가 나에게 돈을 보냈다.

Anh ấy đưa lá thư cho tôi.
그 형은 나에게 편지를 건네줬다.

Bưu điện chuyển bưu phẩm cho người nhận.
우체국은 수신자에게 소포를 보냈다.

2) Chủ ngữ(주어) gửi / chuyển / đưa cho 보어2(bổ ngữ 2) 보어1(bổ ngữ 1)

(사람) (물건)

이 구문에서, *gửi*와 *đưa*를 사용할 경우 cho를 생략할 수 있다.

(Trong cấu trúc này, khi sử dụng với *gửi* và đưa thì có thể bỏ *cho*.)

Ví dụ Mẹ gửi cho tôi tiền. (Mẹ gửi tôi tiền)
어머니가 나에게 돈을 보냈다.

Anh ấy đưa cho tôi lá thư. (Anh ấy đưa tôi lá thư)
그 형은 나에게 편지를 건네줬다.

Bưu điện chuyển cho người nhận bưu phẩm.
우체국은 수신자에게 소포를 보냈다.

2 동사 뒤 *là, rằng* 사용법 (Cách dùng *là, rằng* sau động từ)

1) *Là, rằng* 앞에 위치하는 동사는 보통 감정을 표현하는 동사로 *nghĩ*(생각하다), *biết*(알다), *hiểu*(이해하다), *nói*(말하다) 등이 있다.

(*Là, rằng* đi sau động từ và đi trước một mệnh đề mang tư cách là bổ ngữ cho động từ đó. Các động từ đi với *là, rằng* thường là các động từ cảm nghĩ nói năng, như: nghĩ, biết, hiểu, nói.)

Ví dụ

Chị ấy nói là chị ấy mệt.
그녀는 그녀가 피곤하다고 말했다.

Tôi nghĩ là anh ấy đúng.
내 생각에는 그가 옳다.

Tôi không biết là ngân hàng cần giấy này.
나는 은행에서 이 서류가 필요한지 모르겠다.

Cô giáo hiểu rằng sinh viên không thể làm được bài tập này.
선생님은 이 숙제를 학생들이 할 수 없다는 것을 이해한다.

Cậu ấy nói rằng cậu ấy sẽ nghỉ học.
그가 휴학할 것이라고 말했다.

2) 일부 상황에서 *là, rằng*은 생략될 수 있지만 의미에 영향을 주지는 않는다.

(Trong một số trường hợp, *là, rằng* có thể lược bỏ mà không ảnh hưởng đến ý nghĩa của câu.)

Ví dụ

Chị ấy nói chị ấy mệt.
그녀는 그녀가 피곤하다고 말했다.

Tôi nghĩ anh ấy đúng.
내 생각에는 그가 옳다.

3 *còn, hết* 사용법 (Cách dùng từ *còn, hết*)

Còn, hết 은 한 집합 내의 수량이 남은지에 대한 여부를 나타낸다.

(*Còn / hết* đề cập đến số lượng còn lại trong một tập hợp.)

(*còn* : 남아있다, *hết* : 다 소진하다)

Ví dụ Tôi có 100,000 đồng. Tôi đã tiêu 70,000 đồng. Tôi còn 30,000 đồng.
나는 10만동이 있다. 나는 7만동을 지출하였다. 나는 3만동이 남아 있다.

Tôi có 2 quả táo. Tôi ăn 2 quả táo. Tôi hết táo rồi.
나는 2개의 사과가 있다. 나는 2개의 사과를 먹었다. 나는 사과를 다 먹었다.

Cậu còn tiền không, cho tớ vay một ít? Tớ hết tiền rồi.
너 돈 남았니, 나 조금만 빌려줄래? 내가 돈을 다 써버렸어.

4 *Để* 사용법 (Cách dùng từ *để*)

Để 는 목적을 나타내는 단어 앞에 위치한다. *Để* 구문은 본 동사 문장과 도치될 수도 있다.

(*Để* đứng trước cụm từ chỉ mục đích của hành động đi trước. Đôi khi, cụm từ với *để* có thể đổi vị trí lên trước vế câu chỉ hành động chính.)

Ví dụ Tôi làm việc chăm chỉ để kiếm tiền
나는 돈을 모으기 위해 열심히 일한다.

Chị ấy tìm anh ấy để nói chuyện
그녀는 대화하기 위해 그 형을 찾았다.

Để học tiếng Việt, anh ấy đã sang Việt Nam.
베트남어를 공부하기 위해 그 형은 베트남으로 넘어갔다.

연습 (Luyện Tập)

1 다음 주어진 단어를 사용하여 문장을 완성하시오

(Sử dụng các từ cho sẵn dưới đây để hoàn thành câu.)

mẫu gửi/bưu phẩm này/bạn tôi
Tôi gửi bưu phẩm này cho bạn tôi.

1) đưa / quyển sách / cô ấy

2) chuyển / món quà của anh ấy / chị ấy

3) gửi / bức thư / bố mẹ

2 *Để*를 사용하여 아래의 예시와 같이 문장을 완성하시오.
(Hoàn thành các câu sau sử dụng *để* như mẫu bên dưới.)

mẫu Anh Park / đến Việt Nam / học tiếng Việt
Anh Park đến Việt Nam để học tiếng Việt

1) Chị Mina / đến Hà Nội / gặp bạn chị ấy

2) Bà Hương / đi bệnh viện / khám bệnh

3) Em Lee / đi Huế / đi du lịch

4) Anh Tuấn / đi Anh / điều tra thị trường

5) Cô Lan / đi Hàn Quốc / nghiên cứu

3 예시를 따라 아래의 문장을 다시 쓰시오.
(Viết lại các câu dưới đây theo mẫu.)

mẫu Chị ấy nói "Mình mệt lắm".
→ Chị ấy nói là chị ấy mệt lắm.

1) Cô ấy nói: "Hôm nay trời đẹp quá".

→

2) Mẹ tôi nói: "Mẹ rất buồn vì con".

→

3) Anh ấy nói: "Hôm nay là sinh nhật của anh đấy".

→

실용 회화 (Hội thoại thông dụng)

Minji: Chết rồi! Tớ hết sạch tiền.
민지: 큰일 났어! 돈을 다 썼어.

Trang: Có cần vay tạm không, tớ cho vay một ít.
짱: 필요하면, 빌려 줄게.

Minji: Có, cậu có tiền ở đây không?
민지: 응, 지금 돈 가지고 있어?

Trang: Không, tớ không có sẵn tiền mặt. Tớ chuyển khoản nhé.
짱: 아니, 현금은 없어. 입금해 줄게.

Minji: Ừ, nhưng tớ không trả được sớm đâu.
민지: 응, 근데 난 빨리는 못 갚아.

Trang: Được rồi, đến đâu hay đến đó.
짱: 괜찮아, 줄 수 있는 대로 줘도 돼.

은행에서 (Tại ngân hàng)

Euna: Tôi muốn gửi tiền ra nước ngoài.
은아: 해외에 송금하고 싶은데요.

Nhân viên: Vâng, chị đưa cho tôi các giấy tờ này?
직원: 네. 이 서류들을 제출해 주시겠어요?

Euna: Sao lằng nhằng thế? Có cách nào đơn giản hơn không?

은아: 왜 그렇게 복잡해요? 조금 더 간단한 방법은 없나요?

Nhân viên: Không chị ạ.

직원: 없습니다.

Euna: Thế thôi, tôi tìm dịch vụ gửi tiền ở ngoài cho đỡ phức tạp.

은아: 그럼 됐습니다, 이렇게 복잡하지 않게 국제송금 서비스를 찾아볼게요.

Nhân viên: Vâng, xin lỗi vì không thể giúp gì cho chị.

직원: 네, 도와드리지 못해서 죄송합니다.

FLEX 문제 (Luyện tập FLEX)

Đọc đoạn văn sau và chọn câu trả lời đúng cho câu hỏi cho trước.

Hôm nay tôi đi rút tiền ở cây ATM, nhưng cây ATM hết tiền nên tôi phải đến ngân hàng. Ở ngân hàng, nhân viên nói rằng chứng minh thư của tôi đã quá hạn nên tôi không thể rút tiền được. Tôi phải đi vay tiền của bạn để chi tiêu. Bạn tôi đưa tôi 1 triệu. Tôi mua 1 cái áo hết 800,000. Bây giờ tôi rất buồn vì tôi còn ít tiền quá.

문제 1 Vì sao anh ấy không thể rút tiền ở ngân hàng?

A. Vì chứng minh thư không thể sử dụng được nữa.

B. Vì ngân hàng hết tiền.

C. Vì bạn anh ấy đã cho vay rồi.

D. Vì nhân viên ngân hàng không giúp đỡ.

문제 2 Anh ấy còn bao nhiêu tiền?

A. 100,000 đồng

B. 200,000 đồng

C. 300,000 đồng

D. 800,000 đồng

제18과

Thể thao - Sân gôn ở Đà Lạt có bao nhiêu lỗ?

운동 - 달랏 골프장에는 몇 홀이 있나요?

학습 목표

- 베트남어로 취미를 표현할 수 있다.

어휘 (Từ vựng)

chơi thể thao	스포츠를 하다	gậy	막대기 (gậy gôn :골프채)
tập thể thao	운동하다	thuê	빌리다, 세 들다
cầu lông	배드민턴	sân gôn	골프장
đánh bóng bàn	탁구 치다	chuyên nghiệp	전문가
căng thẳng	긴장하다	tiêu chuẩn	기준, 표준
chơi gôn	골프 치다	sân tập	연습장
chính xác	정확한	lỗ	홀
câu lạc bộ	구락부, 클럽	nhà tắm xông hơi	샤워실
hội viên	회원	dẫn	안내하다, 이끌다
két	골프 캐디 (caddy)	kéo	(골프채를) 끌고 가다

대화문 (Hội thoại)

1

Tuấn: Dạo này trông anh có vẻ không khỏe nhỉ?

뚜언: 요즘 당신 보기에 건강하지 않아 보이네요?

Jihun: Vâng, dạo này sức khỏe của tôi không tốt lắm.

지훈: 네, 요즘 저의 건강이 그다지 좋지 않아요.

Tuấn: Anh nên đi chơi thể thao nhiều. Tập thể thao rất tốt cho sức khỏe.

뚜언: 당신은 운동 많이하러 가세요. 운동은 건강에 정말 좋아요.

Jihun: Tôi bận quá, không có thời gian. Trước đây, tôi thường chơi cầu lông và đánh bóng bán.
Nhưng bây giờ tôi không chơi nữa.

지훈: 저는 너무 바빠서 시간이 없어요. 예전에 배드민턴과 탁구를 종종 했었는데 지금은 더 이상 하지 않아요.

Tuấn: Anh không nên làm việc căng thẳng quá. Cuối tuần này, anh đi chơi gôn với tôi nhé.

뚜언: 당신은 일에 스트레스를 많이 받지 않는 것이 좋아요. 이번 주말에 나랑 골프치러 가요.

Jihun: Tôi chơi kém lắm.

지훈: 저 정말 잘 못해요.

Tuấn: Không sao, chơi cho vui thôi.

뚜언: 괜찮아요, 즐겁게 하는거죠.

Jihun: Anh có gậy không? Tôi không có gậy.

지훈: 당신 골프채 있어요? 저는 골프채가 없어요.

Tuấn: Đừng lo, anh có thể thuê gậy ở sân.

뚜언: 걱정 마세요, 골프장에서 빌릴 수 있어요.

Jihun: Anh định đi sân gôn nào?

지훈: 당신은 어디 골프장에 갈 예정인가요?

Tuấn: Cuối tuần hẹn gặp anh ở sân gôn Dalat Palace Golf Club trên đồi Cù (Đà Lạt) nhé.

뚜언: 주말에 달랏 꾸 힐에 있는 팔라스 골프 클럽에서 만나기로 해요.

2

Jihun: Chào anh, anh đến lâu chưa?

지훈: 안녕하세요, 도착한 지 오래 됐나요?

Tuấn: Chào anh, tôi mới đến thôi. Hôm nay, anh mặc đẹp quá. Giầy chơi gôn của anh cũng rất chuyên nghiệp.

뚜언: 안녕하세요, 저는 막 도착했어요. 오늘 정말 멋지게 입었네요. 당신 골프화도 정말 선수 같군요.

Jihun: Cám ơn anh. Tuần trước, vợ tôi mới mua cho tôi. Sân gôn này to và đẹp nhỉ?

지훈: 감사합니다. 지난주에 제 아내가 저에게 사줬어요. 여기 골프장 크고 예쁘죠?

Tuấn: Đúng rồi, sân gôn này là sân gôn tiêu chuẩn có 18 lỗ, là sân gôn đầu tiên và rộng nhất ở Đà Lạt. Ngoài ra, sân gôn này còn có 1 sân tập, 1 câu lạc bộ, 1 nhà hàng và 1 nhà tắm xông hơi nữa.

뚜언: 맞아요, 이 골프장은 18홀을 가진 골프장이고 달랏에서 처음 생긴 곳이고 가장 커요. 그 외에 이 골프장은 연습장 1개, 클럽 1개, 레스토랑 하나와 샤워실도 가지고 있어요,

Jihun: Sân gôn đầy đủ dịch vụ thế thì chắc là phí chơi đắt lắm anh nhỉ?

지훈: 골프장에 서비스가 충분한데 그러면 가격이 확실히 비싸지 않나요?

Tuấn: Không đắt đâu, tôi là hội viên nên còn được giảm giá nữa.

뚜언: 비싸지 않아요. 저는 회원이라서 더 할인받아요.

Jihun: Có lẽ tôi cũng sẽ mua thẻ hội viên!

지훈: 아마 저도 회원카드를 살 것 같네요!

3

Tuấn: Chúng ta đi sân tập gôn chơi trước đi. Chúng ta phải tập chơi trước khi đi chơi sân gôn tiêu chuẩn 18 lỗ.

뚜언: 우리 먼저 연습장에 가요. 18홀 골프장에서 치기 전에 우리 연습해야해요.

Jihun: Đúng rồi. Đi đường nào đến sân tập hả anh?

지훈: 맞아요. 연습장으로 가는 길이 어느 길이죠?

Tuấn: Anh đi theo tôi. Tôi sẽ dẫn đường. Chúng ta sẽ mua 200 bóng nhé. Mỗi người đánh 100 bóng là đủ rồi.

뚜언: 당신은 저를 따라오세요. 제가 길을 안내할게요. 우리 200개 구입해서 각각 100개씩 치면 충분해요.

Jihun: Vâng, tùy anh thôi. Tôi mới tập chơi nên anh dạy thêm cho tôi nhé.

지훈: 네, 당신 뜻대로 해요. 저는 막 연습을 시작해서 당신이 저에게 좀 더 알려주세요.

Tuấn: Anh cố gắng đánh bóng càng xa càng tốt nhé. Anh phải tập với gậy gỗ số 1, số 3, số 5...

뚜언: 당신은 멀면 멀수록 좋으니 공 치는 걸 노력하세요. 당신 1번우드, 3번우드, 5번우드로 연습하세요.

Jihun: Đúng rồi. Tôi sẽ chơi gậy số 1 trước.

지훈: 네 알겠어요. 저는 1번우드로 먼저 연습할게요.

Tuấn: Chúng ta tập xong rồi sẽ sang chơi sân gôn 18 lỗ nhé. Ở đây có những caddy (người phục vụ) hay còn gọi là "két" rất tốt và chuyên nghiệp.

뚜언: 우리 연습 마쳤으니 18홀로 넘어가서 쳐요. 여기에 캐디(서비스 직원) 또는 "két"이라 불리는 사람들이 정말 좋고 전문적이에요.

Jihun: Thế à? Két là những cô gái sẽ đi cùng chúng ta, kéo gậy và chuẩn bị gậy cho chúng ta phải không?

지훈: 그래요? 캐디는 우리와 함께 다니면서 골프채를 운반해주고 우리에게 골프채를 준비해주는 여성들을 말하는 건가요?

Tuấn: Vâng, những cô két này rất quan trọng. Họ còn có thể tính khoảng cách cho người chơi gôn để đánh chính xác nữa.

뚜언: 네, 이 캐디들은 정말 중요하죠. 그들은 한편 더 정확하게 골퍼들이 치기 위해 거리를 계산해주기도 해요.

Jihun: Tốt quá. Chúng ta bắt đầu đi.

지훈: 정말 좋네요. 우리 시작하죠.

문법 (Ngữ pháp)

1 스포츠 활동과 관련된 단어 (Từ ngữ trong hoạt động thể thao)

스포츠 활동을 표현하기 위해 *chơi / đá / đánh*과 같은 동사들을 쓸 수 있다. 그 중 *chơi*는 모든 스포츠에 공통적으로 사용할 수 있으며, *đá*는 발을 사용하는 스포츠에, *đánh*은 팔을 사용하는 스포츠에 쓰인다.

(Để chỉ các hoạt động trong các môn thể thao, có thể sử dụng các động từ *chơi / đá / đánh*. Trong đó, *chơi* có thể sử dụng chung cho tất cả các môn, *đá* dùng với các môn chơi bằng chân, *đánh* dùng cho các môn chơi bằng tay.)

Ví dụ chơi bóng, chơi cờ, chơi cầu lông, chơi bóng bàn, chơi gôn...
축구하다, 장기 두다, 배드민턴 치다, 탁구 치다, 골프 치다...

đá bóng, đá cầu...
축구하다 제기 차다...,

đánh cờ, đánh cầu lông, đánh bóng bàn...
장기 두다, 배드민턴 치다, 탁구 치다...

2 *trông ~ có vẻ ~* 구문 (Cấu trúc *trông ai / cái gì có vẻ* như thế nào)

1) 화자가 사물이나 사람에 대해 가지는 느낌을 표현한 구문이다.

(Cấu trúc này diễn tả sự cảm nhận mang tính dự đoán, thăm dò của người nói khi nhìn người khác hay sự vật / hiện tượng khác.)

Ví dụ Trông anh có vẻ mệt mỏi lắm.
당신 정말 피곤해보여요.

Trông cái bút này có vẻ tốt.
이 펜은 좋아보인다.

Trông trời có vẻ không đẹp lắm.
날씨가 좋지 않아보인다.

2) 이 구문은 *Ai / Cái gì trông có vẻ như thế nào* 순서로 바꿔서 사용할 수 있다.

(Cấu trúc này có thể đảo trật tự *Ai / Cái gì trông có vẻ như thế nào.*)

Ví dụ Chị trông có vẻ rất phấn khởi.
그녀는 정말 흥분해보인다.

Hoa quả trông có vẻ ngon.
과일이 맛있어 보인다.

3 부정문 강조 *đâu* 용법 (*đâu* trong câu phủ định)

구어체에서 *đâu*는 보통 không / chưa / chẳng + động từ / tính từ *đâu* 구문의 형태로 부정적 의미를 강조하기 위해 사용된다. (Trong khẩu ngữ *đâu* có thể dùng trật tự cấu trúc không / chưa / chẳng + động từ / tính từ *đâu* để khẳng định ý nghĩa phủ định)

Ví dụ Món này không ngon đâu.
이 음식은 전혀 맛없다.

Tôi chẳng biết đâu.
나는 전혀 모른다.

Tàu chưa đến đâu.
기차(또는 배)가 전혀 오지 않았다.

4 *Chắc là, có lẽ* 용법 (*Các từ Chắc là, có lẽ*)

*Chắc là, có lẽ*는 문두 또는 주어 뒤에 사용되며, 예측의 성격을 지닌 문장을 나타낸다. (*Chắc là, có lẽ* đứng đầu câu hoặc sau chủ ngữ, thể hiện câu nói mang tính dự đoán.)

Ví dụ Hôm nay cô ấy không đến lớp. Chắc là cô ấy ốm.
오늘 그녀는 수업에 오지 않았다. 아마 그녀는 아플 것이다.

Trời trông xám xịt quá. Có lẽ trời sắp mưa.
오늘 하늘이 흐려 보인다. 아마 곧 비가 올 것이다.

5 *tùy* 용법 (Cách dùng từ *tùy*)

*Tùy*는 화자가 청자에게 맡김의 의미를 표현할 때 사용되며, 청자에게 이어지는 행동을 결정권을 준다.

(*Tùy* là cách người nói thể hiện ý phó mặc hoàn toàn cho người nghe, để cho người nghe quyết định những việc sau đó sẽ như thế nào.)

Ví dụ

Anh ơi, cái áo này đẹp quá, em mua được không? 형, 이 옷 너무 예뻐요, 제가 사도 되나요?	Tùy em, mua hay không mua đều được. 마음대로 해, 사도 안사도 상관없어.
Em mệt quá, em muốn nghỉ học. 저 너무 피곤해요, 저 수업(듣는 것)을 쉬고싶어요.	Tùy em. 마음대로 해.

6 *càng ~ càng ~* 구문 (Cách dùng từ *càng ~ càng ~*)

조건이 증가(또는 감소)하면 할수록 그 조건에 따라 결과 또한 증가(또는 감소)함을 표현한다.

(Cấu trúc này thể hiện ý tăng tiến trong câu, khi một điều kiện tăng lên (hoặc giảm đi) thì kết quả cũng sẽ tăng lên (hoặc giảm đi) theo điều kiện đó.)

Ví dụ

Nó càng lớn càng xinh.
그것은 클수록 예쁘다.

Càng tập thể dục nhiều càng khỏe.
운동을 많이 할수록 더 건강하다.

Tôi càng học càng nói tiếng Việt giỏi.
나는 공부할수록 베트남어를 잘 말한다.

Càng đi du lịch chúng tôi càng hiểu biết nhiều hơn.
우리가 여행을 가면 갈수록 더 많이 이해할 수 있다.

연습 (Luyện Tập)

1 다음의 문장을 *càng ~ càng*을 사용하여 한 문장으로 바꾸시오.
(Nối hai câu thành một câu sử dụng cấu trúc *càng ~ càng*.)

mẫu Em Mina ở Việt Nam lâu.
Em ấy nói tiếng Việt càng giỏi.

→ Em Mina càng ở Việt Nam lâu càng nói giỏi tiếng Việt.

1) Anh Kim đọc nhiều sách về Việt Nam.
Anh Kim hiểu nhiều về phong tục Việt Nam.

2) Sinh viên tốt nghiệp Đại học nhiều.
Họ rất khó tìm việc làm.

3) Trời mưa nhiều.
Đường phố bẩn nhiều.

4) Trời nóng lên.
Mọi người muốn đi nghỉ mát ở biển.

5) Ông tôi đi du lịch nhiều.
Ông tôi khỏe ra.

2 다음 예시에 따라 문장을 완성하시오.
(Hãy hoàn thành các câu dưới đây theo mẫu.)

mẫu chị ấy / đẹp và xinh
→ Chị ấy trông có vẻ đẹp và xinh .

1) em Hoàng / ích kỷ

2) cái nhà kia / mới và đắt

3) bà ấy / khỏe mạnh và trẻ

4) bộ phim Hàn Quốc này / hay

5) anh ấy / thông minh và đẹp trai

실용 회화 (Hội thoại thông dụng)

1 Trung: Trời đẹp quá, đi đánh cầu lông đi!

쭝: 날씨 좋네, 배드민턴 치러 가자!

Dũng: Tớ ốm rồi... cậu rủ Cường đi.

중: 난 아파서... 끄엉한테 같이 가자고 해.

Trung: Cường toàn thua tớ nên nó chán, nó không muốn đi.

쭝: 끄엉이 맨날 나한테 져서 지루하다고 가고 싶지 않대.

Dũng: Thể thao là chơi cho vui và khỏe, thắng thua quan trọng gì.

중: 운동은 건강을 위해 재미로 하는 건데 승패는 중요하지 않지.

Trung: Ừ biết thế nhưng thua mãi cũng chán chứ. Chơi mấy tháng mà không thắng trận nào. Hôm trước thua nhiều quá nên nó bỏ về trước.

쭝: 응, 나도 아는데 계속 지면 좀 지루하긴 해. 몇 달 동안 같이 쳤는데 한번도 못 이겼단 말이야. 지난 번에 많이 져서 먼저 집에 갔었어.

Dũng: Nó ăn thua quá. Thế thôi cậu rủ người khác đi.

중: 승부욕이 좀 많네. 그럼 다른 사람을 불러봐.

2 Nam: Anh chơi gôn giỏi thế, chắc là anh tập lâu lắm rồi nhỉ.

남: 골프를 잘 치시네요. 오랫동안 하셨나봐요.

Jaehun: Không lâu lắm, nhưng anh thích chơi gôn. Mà thích thì tập nhanh lắm.

재훈: 그다지 오래되지 않았지만 골프를 좋아해요. 좋아하면 금방 하잖아요.

Nam: Ở Việt Nam gọi chơi gôn là trò chơi quý tộc đấy.

남: 베트남에서 골프는 귀족의 운동이라고 해요.

Jaehun: Vì đắt quá hả?

재훈: 많이 비싸서 그런가요?

Nam: Đắt quá. Nhưng đắt xắt ra miếng.

남: 너무 비싸요. 근데 싼 게 비지떡이잖아요.

Jaehun: Ừ, chơi gôn thú vị mà. Chơi xong thấy rất thư giãn. Thế em biết chơi không?

재훈: 네. 골프는 아주 재미있어요. 골프를 치고 나면 정신이 편해져요. 골프칠 줄 알아요?

Nam: Biết nhưng em toàn đánh bóng ra ngoài.

남: 알긴 한데 공이 맨날 밖으로 날아가요.

Jaehun: Lúc đầu ai chẳng thế. Dần dần mới giỏi chứ.

재훈: 누구나 처음에 다 그래요. 치다보면 점점 잘할 거예요.

Nam: Nhưng chơi gôn khó lắm.

남: 근데 골프는 진짜 어려워요.

Jaehun: Không khó đâu. Càng tập càng dễ. Và càng chơi càng mê.

재훈: 어렵지 않아요. 치면 칠수록 쉬워지고 좋아하게 될 거예요.

FLEX 문제 (Luyện tập FLEX)

문제 1 Đọc đoạn văn và chọn câu trả lời đúng cho câu hỏi cho trước.

Anh Nam chơi thể thao rất giỏi. Anh nói là chơi thể thao giúp anh vui vẻ hơn. Anh có thể chơi được nhiều môn thể thao, như chơi gôn, bóng đá, bóng chuyền, cầu lông, bóng bàn, bơi... Mỗi ngày, tùy tình hình thời tiết mà anh chọn một môn thể thao để chơi. Trời mưa, anh đánh bóng bàn hoặc đánh cầu lông trong nhà. Trời nắng, anh đi chơi gôn hoặc đi bơi. Trời đẹp, anh rủ các bạn đi đá bóng, đánh bóng chuyền... Càng tập thể thao anh Nam càng khỏe mạnh.

1) Theo bài đọc, thông tin nào sau đây là đúng?

A. Anh Nam thường chơi thể thao một mình.

B. Anh Nam thường không biết trước mình sẽ chơi môn thể thao nào vào hôm sau vì phụ thuộc vào thời tiết.

C. Anh Nam không biết chơi bóng rổ.

D. Anh Nam thích tất cả các môn thể thao.

2) Tập thể thao giúp cho anh Nam tốt hơn về điều gì?

A. sức khỏe và công việc

B. sức khỏe

C. sức khỏe và tinh thần

D. sức khỏe và thời gian

문제 2 Chọn một câu trả lời đúng trong các câu sau đây.

1) Lâu lắm không gặp chị ấy. Dạo này trông chị ấy thế nào ạ?

A. Chị ấy ngày càng giàu có hơn, em ạ.

B. Chị ấy xinh hơn đấy.

C. Chị ấy vừa đi làm vừa trông con, vất vả lắm.

D. Chị ấy đã lập gia đình rồi.

2) Đi ăn tối, đi xem phim, hoặc về nhà, bây giờ em muốn đi đâu?

A. Đi đâu thì tùy anh nhé.

B. Em muốn đi ăn tối hay đi xem phim.

C. Em có đi đâu đâu.

제19과

Thời tiết - Mùa đông ở Việt Nam ấm hơn mùa đông ở Hàn Quốc

날씨 - 베트남의 겨울은 한국의 겨울보다 더 따뜻하다.

학습 목표

• 베트남어로 한국과 베트남의 날씨를 설명할 수 있다.

어휘 (Từ vựng)

mát	시원한	màu sắc	색깔
nắng	쨍쨍한	nhiệt độ	온도
giống	같은	ấm	따뜻한
trong xanh	맑은 하늘(날씨)	tuyết	눈
se lạnh	쌀쌀해지다	khó chịu	견디기 힘든
ẩm	습한	mưa phùn	이슬비가 내리다
mưa rào	소나기가 내리다	bão	태풍

대화문 (Hội thoại)

1

Eunji: Hôm nay trời đẹp quá.

은지: 오늘 날씨 너무 좋다.

Nga: Trời mát, nắng nhẹ, rất giống mùa thu.

응아: 시원하고 적당히 쨍쨍하네, 가을 날씨와 너무 비슷하다.

Eunji: Ở Hà Nội, có phải mùa thu là mùa đẹp nhất không?

은지: 하노이에서도 가을이 가장 좋은 계절이야?

Nga: Đúng rồi. Mùa thu đẹp nhất trong năm.

응아: 맞아. 가을이 1년 중에 가장 좋아.

Eunji: Ở Hàn Quốc cũng vậy. Mùa thu rất đẹp. Trời trong xanh, nắng vàng và hơi se lạnh.

은지: 한국도 그래. 가을이 가장 좋아. 날씨가 맑고 따스하면서 약간 선선해.

Nga: Ở Hàn Quốc, vào mùa thu, lá cây có màu vàng và màu đỏ phải không?

응아: 한국에서 가을에 나뭇잎이 노랗고 붉지 않아?

Eunji: Ừ, màu sắc rất đẹp.

은지: 응, 색깔이 정말 아름다워.

Nga: Ở Việt Nam, lá cây cũng đổi màu nhưng không nhiều lắm.

응아: 베트남에서도, 나뭇잎이 색깔을 바꾸지만 그렇게 많지는 않아.

2

Hùng: Hr hr hr.... Lạnh quá.

훙: 으으으... 너무 추워.

Minsu: Cậu mặc thêm áo đi. Hôm nay nhiệt độ là -2℃ (âm 2 độ C) đấy.

민수: 너 옷 더 입어. 오늘 온도가 영하 2도씨야.

Hùng: Hả? Cái gì? -2℃ à? Ở Hà Nội chưa bao giờ nhiệt độ dưới 0 độ.

훙: 응? 뭐라고? 영하 2도씨? 하노이는 아직까지 0도 이하의 온도는 없어.

Minsu: Thế ở thành phố Hồ Chí Minh thì sao?

민수: 그러면 호치민시는 어때?

Hùng: Thành phố Hồ Chí Minh không có mùa đông.

훙: 호치민시는 겨울이 없어.

Minsu: Ở Hàn Quốc, vào mùa đông, nhiệt độ thường xuyên dưới 0 độ C.

민수: 한국에서, 겨울에는 온도가 거의 항상 0도씨 이하야.

Hùng: Mùa đông Việt Nam ấm hơn mùa đông ở Hàn Quốc.

훙: 베트남의 겨울은 한국의 겨울보다 더 따뜻해.

Minsu: Ừ, và Việt Nam không có tuyết.

민수: 응, 그리고 베트남은 눈이 내리지 않지.

Hùng: Ở vùng núi cao thỉnh thoảng có tuyết. Ở Hà Nội chưa

bao giờ có tuyết.

훙: 고산지역에서는 가끔 눈이 내려. 하노이는 아직 한 번도 눈이 내리지 않았어.

3

Mina: Tớ cảm thấy khó chịu quá.

민아: 내가 느끼기에 너무 견디기 힘들어.

Hoa: Bởi vì thời tiết ẩm quá, nên cậu thấy khó chịu.

화: 왜냐하면 날씨가 너무 습해서 네가 느끼기에 견디기 힘든거야.

Mina: Ừ, mùa xuân ở Việt Nam ẩm quá. Mưa phùn nhiều.

민아: 응, 베트남의 봄은 너무 습해. 이슬비가 많이 내리네.

Hoa: Mùa hè cũng ẩm, nhưng không ẩm bằng mùa xuân.

화: 여름 또한 습해, 그런데 봄처럼 습하지는 않아.

Mina: Mùa hè nóng lắm. Và rất nhiều mưa rào.

민아: 여름은 너무 더워. 그리고 소나기가 매우 많이 내려.

Hoa: Mùa hè thường có bão.

화: 여름에는 보통 태풍이 오지.

Mina: Tớ thích mùa hè hơn, vì vào mùa hè tớ có thể đi du lịch.

민아: 나는 여름을 더 좋아해, 왜냐하면 여행을 갈 수 있기 때문이야.

문법 (Ngữ pháp)

1 날씨 표현 방법 (Cách miêu tả thời tiết)

날씨를 묘사하기 위해 베트남인들은 *trời*를 사용한다.

(Người Việt dùng cách nói với *trời* để miêu tả thời tiết.)

Ví dụ Hôm nay trời mưa.
오늘은 비가 온다.

Ngày mai trời nắng.
내일은 날이 쨍쨍하다.

Mùa thu trời mát.
가을은 시원하다.

Mùa đông trời lạnh.
겨울은 춥다.

2 1년간의 계절 표현 방법 (Cách nói mùa trong năm)

1) 베트남 북부지역은 봄, 여름, 가을 그리고 겨울 4계절이 있다. 각 계절을 표현할 때는 보통 *vào*를 사용한다.

(Miền Bắc Việt Nam có 4 mùa trong năm, là mùa xuân, mùa hè, mùa thu, và mùa đông. Khi nói đến thời gian các mùa, thường sử dụng từ *vào*.)

2) 베트남 남부지역은 건기와 우기 단지 2계절이 있다. 우기는 4월부터 11월까지이며 건기는 12월부터 3월까지이다.

(Miền Nam Việt Nam chỉ có 2 mùa trong năm, là mùa mưa và mùa khô. Mùa mưa từ tháng 4 đến tháng 11. Còn mùa khô từ tháng 12 đến tháng 3.)

Ví dụ Vào mùa thu, lá cây đổi màu sắc.
가을에, 나뭇잎이 색깔을 바꾼다.

Vào mùa xuân, hoa nở.
봄에, 꽃이 핀다.

3 *thế, vậy* 사용법 (cách dùng các từ *thế, vậy*)

*Thế, vậy*는 앞의 내용을 나타내는 대명사이다. *Thế, vậy*는 앞문장과 연결하기 위해 문두에 사용하거나 또는 문장 사이에 사용할 수 있다.

(*Thế, vậy* là các đại từ thay thế ý nghĩa cho một điều đã nói đến ở phía trước. *Thế, vậy* có thể sử dụng ở đầu câu để liên kết ý nghĩa với câu đi trước, hoặc dùng trong câu để đề cập đến một điều đã từng được nói đến.)

Ví dụ

Trời mưa rồi. 비가 왔다.	Thế tớ không đi nữa. 그러면 나는 더 이상 안갈래.
Lạnh lắm. 너무 춥다.	Vậy cậu mặc thêm áo đi. 그러면 너는 옷 더 입어.
Ở Hà Nội, mùa thu là mùa đẹp nhất trong năm. 하노이에서 가을은 1년 중 가장 좋은 계절이다.	Ở Hàn Quốc cũng vậy. 한국도 그래.
Tớ rất thích chơi tuyết. 나는 눈 놀이를 좋아한다.	Tớ cũng thế. 나도 그래.
Chị Lan nói là chị ấy không thích mùa hè. 란 누나가 말하기를 누나는 여름이 싫다고 한다.	Chị ấy nói như thế à? 그녀가 그렇게 말했어?

4 빈도부사 (Cách dùng các phó từ chỉ thời gian *luôn, thường, thỉnh thoảng...*)

1) 항상 (*luôn luôn*): 동사 앞에 위치하며, *luôn*은 동사 앞이나 문장 끝에 위치한다.

(*Luôn luôn* chỉ có một vị trí trước động từ, *luôn* có thể đứng trước động từ hoặc cuối câu)

Ví dụ Tôi luôn luôn đi học đúng giờ.
나는 항상 정시에 학교를 간다.

Tôi luôn nhắn tin cho mẹ tôi. (Tôi nhắn tin cho mẹ tôi luôn)
나는 항상 나의 어머니에게 문자연락을 한다.

2) 규칙적인 반복 (*thường xuyên*): 동사 앞 또는 문장 끝에 위치한다.

(Có thể đứng trước động từ hoặc cuối câu.)

Ví dụ Vào mùa hè, trời thường xuyên mưa.
여름에는 자주 비가 온다.

Vào mùa hè, trời mưa thường xuyên.
여름에는 자주 비가 온다.

3) 종종 (*thường*): 동사 앞에 위치하며 *thường thường*처럼 반복하여 사용할 수 있다.

(Đứng trước động từ, và có thể sử dụng theo cách lặp *thường thường*.)

Ví dụ Tôi thường nghe nhạc và đọc sách.
나는 보통 음악을 듣고 책을 읽는다.

Thường thường, tôi đi ngủ lúc 10 giờ tối.
종종, 나는 밤 열시에 잠자러 간다.

4) 가끔 (*thỉnh thoảng*), 때때로 (*đôi khi*), 거의~하지 않는다. (*ít khi*), 드물게 (*hiếm khi*)

: 동사 앞 또는 문두에 위치한다. (Có thể đứng trước động từ hoặc đầu câu.)

Ví dụ

Thỉnh thoảng tôi đi chơi với em ấy. (Tôi thỉnh thoảng đi chơi với em ấy.)
나는 가끔 걔랑 놀러간다.

Đôi khi anh ấy hút thuốc. (Anh ấy đôi khi cũng hút thuốc.)
때때로 그 형은 담배를 핀다.

Ít khi bố nói chuyện với mẹ (Bố ít khi nói chuyện với mẹ.)
아버지는 어머니랑 거의 대화를 안하신다.

Hiếm khi trời mát vào mùa hè.(Trời hiếm khi mát vào mùa hè.)
드물게 여름에 날씨가 시원하다.

연습 (Luyện Tập)

1 다음의 예시를 따라 문장을 만드시오.
(Hoàn thành các câu bên dưới theo mẫu.)

mẫu hôm nay / trời đẹp / mùa xuân

A: Hôm nay, trời đẹp quá, chị Linh nhỉ?
B: Vâng, bây giờ là mùa xuân nên trời đẹp.

1) dạo này / trời mưa nhiều / mùa mưa

2) hôm qua / trời nắng / mùa hè

3) hiện nay / trời mát / mùa thu

4) hôm nay / trời lạnh / đang có gió mùa đông bắc

5) hôm kia /trời rét / đang là giữa mùa đông

2 다음의 예시를 따라 문장을 만드시오. (Đặt câu hỏi và trả lời theo mẫu.)

mẫu đi thư viện / thường

A: Anh hay đi thư viện không?
B: Có, tôi thường đi thư viện.

1) xem phim / ít khi

2) đọc báo / luôn luôn

3) chơi đá bóng / thỉnh thoảng

4) đi bơi / đôi khi

5) gặp bạn / thường

실용 회화 (Hội thoại thông dụng)

1 Minji: Tớ chán thời tiết này quá. Mưa dai dẳng, trời ẩm xì.

민지: 이 날씨가 진짜 싫어. 비가 계속 오고 너무 습해.

Trang: Ừ, trời nồm ẩm khó chịu thế. Dễ ốm nữa.

짱: 응, 날씨가 습해서 답답하다. 병도 쉽게 걸리고.

Minji: Ra ngoài đường thì lép nha lép nhép nước. Vào nhà thì tường đổ mồ hôi. Ở đâu cũng ướt.

민지: 길에 나가면 질퍽거려. 집에 들어오면 습기가 차. 어디에도 다 젖어있어.

Trang: Cậu nên mua một cái máy hút ẩm.

짱: 제습기를 하나 사.

Minji: Ừ, tớ cũng định thế.

민지: 응, 나도 사려고 해.

2 Nam: Em lạnh đông cứng cả người rồi.

남: 온 몸이 얼어 굳을 것 같이 추워요.

Minho: Anh cũng sắp chết rét rồi.

민호: 나도 얼어 죽을 것 같아.

Nam: Anh bật sưởi đi.

남: 난로를 키세요.

Minho: Anh bật rồi mà.

민호: 켰어.

Nam: Sao em không thấy ấm? Máy sưởi hỏng rồi.

남: 왜 따뜻하지 않지요? 난로가 고장 났어요.

Minho: Chết thật. Thế thì sống làm sao được qua mùa đông này đây.

민호: 죽겠다. 이번 겨울에 어떻게 살지?

FLEX 문제 (Luyện tập FLEX)

문제 1 Tìm từ / cụm từ gần nghĩa với từ / cụm từ được in nghiêng

1) Thời tiết dạo này *hanh* quá, da nứt nẻ hết.

A. khô B. ẩm C. lạnh D. nóng

2) Tháng bảy thường *mưa rả rích*, nên khi đi du lịch các em nhớ chú ý nhé.

A. mưa rào B. mưa ngâu C. mưa phùn D. mưa bụi

3) Hôm nay trời *oi bức* quá, không ai muốn ra khỏi nhà.

A. lạnh buốt B. khó chịu C. nóng nực D. ẩm thấp

4) Sáng sớm, trời *se se*, gió nhè nhẹ, chim hót líu lo.

A. mát B. lạnh C. hơi mát D. hơi lạnh

5) Thời tiết *cắt da cắt thịt* thế này thì không sinh viên nào muốn đến lớp.

A. nóng B. lạnh C. rất nóng D. rất lạnh

문제 2 Đọc bản tin dự báo thời tiết sau và trả lời câu hỏi.

Hôm nay, một vùng không khí lạnh sẽ tràn về các tỉnh phía Bắc. Dự báo đêm nay sẽ có mưa rào ở một số tỉnh Bắc Bộ. Hà Nội đêm và sáng trời có mưa, mưa vừa đến mưa to ở một vài nơi. Trời sẽ nắng lên vào buổi trưa và buổi chiều đến đêm lại có mưa rào. Nhiệt độ dự báo thấp nhất là 25 độ C, cao nhất là 28 độ C.

1) Bản tin dự báo thời tiết ở khu vực nào?

A. Các tỉnh ở Việt Nam

B. Các tỉnh phía Bắc Việt Nam

C. Hà Nội

D. Hà Nội và các tỉnh phía Bắc

2) Thời tiết ở khu vực Hà Nội diễn biến như thế nào?

A. Trời thỉnh thoảng mưa.

B. Trời mưa vào buổi sáng, buổi chiều và buổi tối.

C. Trời lạnh.

D. Trời mưa to cả ngày.

제20과

Du lịch – Người Hàn Quốc thích đi tham quan những nơi nào ở tp. Hồ Chí Minh?

여행 - 한국인들은 호치민 시의 어떤 장소 탐방을 좋아하나요?

학습 목표

• 베트남어로 여행과 관련표현을 학습할 수 있다.

어휘 (Từ vựng)

sau đó	그 후	lưu niệm	기념할 만한
nghe nói	듣기로는, 들은 바로는	phòng vé	매표소
biểu tượng	상징하다, 대표하다	khứ hồi	왕복
mua sắm	쇼핑하다	một chiều	편도
thực phẩm	식품	hạng thường	일반석의
thời trang	패션	hạng thương gia	비즈니스석의
chuyến	편, 행	xuất vé	발권하다
đoán	추측하다, 예측하다	tham quan	관람하다, 구경하다
trọn gói	패키지	giảm giá	할인하다

대화문 (Hội thoại)

1

Lan: Anh Donguk bao giờ về nước?

란: 오빠 언제 귀국하세요?

Donguk: Tháng sau anh về nước rồi.

동욱: 다음달에 귀국할거야.

Lan: Ở Việt Nam anh đã đi du lịch chưa?

란: 오빠는 베트남으로 여행 갔었어요?

Donguk: Anh đã đi nhiều nơi ở miền Bắc và miền Trung rồi. Trước khi về nước, anh sẽ vào thành phố Hồ Chí Minh nữa.

동욱: 나는 북쪽지역과 남쪽지역 여러 곳을 갔었어. 귀국 전에 나는 호치민시도 갈꺼야.

Lan: Anh vào đó bao lâu?

란: 오빠는 거기 얼마동안 갈 거예요?

Donguk: Anh vào đó 1 tuần, sau đó anh ra Hà Nội.

동욱: 나는 거기 1주일 가고, 그 후에 하노이로 올꺼야.

Lan: Thành phố Hồ Chí Minh rất hiện đại. Người Hàn Quốc thích đi tham quan những nơi nào ở thành phố Hồ Chí Minh?

란: 호치민시는 정말 현대적이에요. 한국사람은 호치민시에서 어느 곳을 관광하기 좋아하나요?

Donguk: Người Hàn Quốc thường thăm Dinh Độc lập, Nhà thờ Đức Bà, chợ Bến Thành. Và anh nghe nói, chợ Bến Thành là biểu tượng mua sắm của thành phố Hồ Chí Minh.

동욱: 한국사람들은 보통 독립궁, 득 바 성당, 벤 타잉 시장 관광을 좋아해. 그리고 내가 듣기로는 벤 타잉 시장이 호치민시의 상징적인 쇼핑 장소라고 하더라.

Lan: Vâng, chợ Bến Thành vừa là biểu tượng của thành phố, vừa là biểu tượng của mua sắm. Ở chợ Bến Thành, từ thực phẩm đến thời trang cái gì cũng có. Khách du lịch thích chợ lắm anh ạ.

란: 네, 벤 타잉 시장은 시의 상징이면서 쇼핑의 상징이기도 해요. 벤 타잉 시장에는 식품부터 패션까지 무엇이든 다 있어요. 여행객들이 시장을 정말 좋아해요.

Donguk: Giống chợ Namdaemun của Hàn Quốc phải không?

동욱: 한국의 남대문 시장과 같은거야?

Lan: Vâng, đúng rồi anh ạ. Nhưng chợ Bến Thành nhỏ hơn chợ Namdaemun.

란: 네, 맞아요 오빠. 그런데 벤 타잉 시장은 남대문 시장보다 작아요.

Donguk: Anh sẽ mua quà lưu niệm cho gia đình ở chợ Bến Thành.

동욱: 나는 벤 타잉 시장에서 가족에게 줄 기념선물을 살 거야.

2

Donguk:	A lô, phòng vé phải không?
동욱:	여보세요, 티켓판매 창구인가요?
Nhân viên:	Vâng đúng rồi ạ, em có thể giúp gì anh ạ?
직원:	네 맞습니다. 무엇을 도와드릴까요?
Donguk:	Cho tôi một vé đi thành phố Hồ Chí Minh vào ngày mùng 3.
동욱:	3일에 가는 호치민시 티켓 한 장 주세요.
Nhân viên:	Anh mua vé khứ hồi hay một chiều ạ?
직원:	당신은 왕복이신가요 아니면 편도이신가요?
Donguk:	Khứ hồi. Tôi về ngày mùng 10.
동욱:	왕복이요. 저는 10일에 돌아옵니다.
Nhân viên:	Anh đi hạng thường hay hạng thương gia ạ?
직원:	당신 이코노미로 가시나요 비즈니스로 가시나요?
Donguk:	Tôi đi hạng thường.
동욱:	저는 이코노미로 가요.
Nhân viên:	Vâng, anh chờ một chút... Còn vé anh ạ. Anh sẽ đi chuyến 10 giờ sáng ngày mùng 3 và về chuyến 13 giờ ngày mùng 10.
직원:	네, 잠시만 기다려주세요.... 표가 남아있네요. 당신은 3일 오전 10시 편으로 가서 10일 13시 편으로 돌아올 거예요.

Donguk: Thời gian bay mất bao lâu?

동욱: 비행 시간이 얼마나 되나요?

Nhân viên: Mất khoảng 2 tiếng anh ạ.

직원: 약 2시간 입니다.

Donguk: Được rồi. Chị xuất vé cho tôi nhé.

동욱: 네, 가능합니다. 저에게 발권해주세요.

3 (NLX : Người lái xe : 운전기사)

Donguk: Taxi! taxi!

동욱: 택시! 택시!

NLX: Chào anh, anh đi đâu ạ?

운전기사: 안녕하세요, 어디로 가시나요?

Donguk: Cho tôi đến chợ Bến Thành.

동욱: 벤 타잉 시장으로 가주세요.

NLX: Vâng... Đây là lần đầu tiên anh đến thành phố Hồ Chí Minh, phải không?

운전기사: 네... 이번이 호치민시에 처음 오신 건가요?

Donguk: Vâng, vì sao anh biết?

동욱: 네, 어떻게 알고 있죠?

NLX: Tôi chỉ đoán thôi ạ. Anh có muốn đi tham quan thành phố không?

운전기사: 저는 추측했을 뿐이에요. 당신은 도시구경을 원하시지 않나요?

Donguk: Có, tôi định tham quan thành phố và mua quà lưu niệm cho gia đình.

동욱: 네, 저는 도시를 구경할 예정이고 가족에게 줄 기념품을 살 거예요.

NLX: Tôi có thể đưa anh đi tham quan thành phố. Giá trọn gói một ngày là 900,000 đồng.

운전기사: 제가 도시 구경을 태워드릴 수 있어요. 패키지 가격은 하루 90만동이에요.

Donguk: Anh có thể giảm giá một chút được không?

동욱: 당신을 조금만 할인해 줄 수 있나요?

NLX: Tôi bớt cho anh 100,000. Đến chợ rồi, anh xuống xe cẩn thận nhé. Anh đi chợ khoảng bao lâu?

운전기사: 제가 당신을 위해 10만동 빼드릴게요. 시장에 왔습니다. 조심해서 내리세요. 시장에 얼마동안 계실건가요?

Donguk: Tôi đi chợ khoảng 1 tiếng. Khi nào tôi ra thì tôi sẽ gọi cho anh.

동욱: 저는 한 시간 정도 있을 거예요. 제가 나올 때 당신에게 연락할게요.

NLX: Vâng, tôi đợi ở đây. Khi anh ra thì gọi cho tôi. Số điện thoại của tôi là 0904502204.

운전기사: 네, 저는 여기서 기다릴게요. 당신은 나오면서 저에게 전화주세요. 제 전화번호는 09045022204입니다.

문법 (Ngữ pháp)

1 *Vừa ~ vừa ~* 용법 (*Vừa ~ vừa ~*)

Vừa ~ vừa ~ 구문은 동시에 발생하는 두 가지의 행동 또는 두 가지의 성질을 표현한다.

(Cấu trúc *vừa ~ vừa ~* biểu thị hai hành động hoặc tính chất xảy ra đồng thời.)

Ví dụ Chị ấy vừa xinh vừa thông minh.
그녀는 예쁘면서 똑똑하다.

Anh ấy vội quá nên anh ấy vừa đi vừa chạy.
그 형은 너무 급해서 달리면서 갔다.

Chợ Bến Thành vừa là biểu tượng của thành phố vừa là biểu tượng của mua sắm.
벤 타잉시장은 도시의 상징이면서 동시에 쇼핑의 상징이다.

2 *Mất bao lâu* 용법 (*Mất bao lâu*)

1) *Mất bao lâu* 의문문은 한 행동을 하기까지의 걸리는 필요한 시간을 물을 때 사용한다.

(Câu hỏi với *mất bao lâu* để hỏi về khoảng thời gian cần thiết cho một hành động diễn ra.)

Ví dụ Anh đến trường bằng xe máy mất bao lâu?
형은 오토바이 타고 학교 오면 얼마나 걸려요?

Chị làm việc này mất bao lâu?
누나는 이 일하는데 얼마나 걸려요?

2) *Mất bao lâu* 의문문은 *mất mấy tiếng, mất mấy phút*과 같이 구체적인 시간을 묻는 방법으로 바꿀 수 있다.

(Câu hỏi *mất bao lâu* có thể thay thế bằng thời gian cụ thể *mất mấy tiếng, mất mấy phút.*)

Ví dụ Em nấu cơm mất mấy tiếng?
너 요리하는데 몇 시간 걸려?

Chị làm bài này mất mấy phút?
누나 이 숙제하는데 몇 분 걸려요?

3 *Khi ~ thì ~ / Khi nào ~ thì ~* 구문 (*Khi ~ thì ~ / Khi nào ~ thì ~*)

Khi ~ thì ~ / Khi nào ~ thì ~ 구문은 두 가지 명제를 연결시킬 때 약한 조건이 전제된다.

(Cấu trúc *Khi ~ thì ~ / Khi nào ~ thì ~* được sử dụng trong các câu ghép có hai mệnh đề, trong đó *khi, khi nào* đứng trước mệnh đề chỉ thời gian.)

1) *Khi*는 확실한 시간의 명제와 함께 사용된다.

(*Khi* được dùng trong mệnh đề thời gian có tính xác định hơn.)

Ví dụ Khi tôi đi thì cô ấy đến.
내가 갔을 때 그녀가 왔다.

Khi mẹ nấu cơm thì bố xem ti vi.
어머니가 요리할 때 아버지는 TV를 보신다.

Khi đến thành phố Hồ Chí Minh thì anh gọi cho tôi.
그가 호치민시에 왔을 때 나에게 전화를 걸었다.

4 움직임과 방향의 동사 사용법 (ra, vào, lên, xuống, đến, về)

*Ra, vào, lên, xuống, đến, về*는 움직임을 가리키는 동시에 방향을 가리키는 동사들이다. 우리는 본동사의 역할로 사용할 수도 있으며 또는 방향을 나타내기 위해 본동사 뒤에 위치하여 사용할 수도 있다.

(*Ra, vào, lên, xuống, đến, về* là các động từ chỉ sự di chuyển và đồng thời chỉ hướng. Chúng có thể được dùng với tư cách là động từ chính hoặc đứng sau động từ chính để chỉ hướng.)

Ví dụ

Tôi vào phòng. 나는 방으로 들어간다.	Tôi đi vào phòng. 나는 방으로 들어간다.
Chị ấy ra sân. 그녀는 마당으로 나간다.	Chị ấy đi ra sân. 그녀는 마당으로 나간다.
Anh ấy lên tầng 3. 그 형은 3층으로 올라간다.	Anh ấy đi lên tầng 3. 그 형은 3층으로 올라간다.
Em ấy xuống tầng 1. 그 아이는 1층으로 내려간다.	Em ấy đi xuống tầng 1. 그 아이는 1층으로 내려간다.
Chị ấy đến trường. 그녀는 학교를 간다.	Chị ấy đi đến trường. 그녀는 학교를 간다.
Tôi về nhà. 나는 귀가한다.	Tôi đi về nhà. 나는 귀가한다.

연습 (Luyện Tập)

1 다음의 예시를 따라 문장을 완성하시오.
(Hãy hoàn thành các câu bên dưới theo mẫu.)

mẫu ông Tuấn / đi / tầng 2
→ Ông Tuấn đi lên tầng 2.

1) Anh Lee / đi / trong nhà

2) Bà ấy / đi / thành phố Hồ Chí Minh

3) Cô Hoa / đi / sân vận động

4) Chị Kim / đi / văn phòng bán vé máy bay

2 다음의 예시를 따라 문장을 만드시오. (Đặt câu hỏi và trả lời theo mẫu.)

mẫu chị đến / anh Park đọc sách

A: Khi chị đến thì anh Park làm gì?

B: Khi tôi đến thì anh Park đọc sách.

1) em xem tivi / anh trai em nghe nhạc

2) mẹ em nấu cơm / em làm bài tập

3) anh Tuấn ngủ / bố anh ấy đọc báo

4) chị học tiếng Việt / em Kim chuẩn bị ra ngoài

3 다음의 예시를 따라 문장을 만드시오. (Đặt câu hỏi và trả lời theo mẫu.)

mẫu từ nhà hàng này đến khách sạn Rex / khoảng 15 phút / bằng xe máy

A: Từ nhà hàng này đến khách sạn Rex đi mất bao lâu?

B: Từ nhà hàng này đến khách sạn Rex mất khoảng 15 phút bằng xe máy

1) từ Seoul đến Hà Nội / khoảng 5 tiếng / bằng máy bay

2) từ nhà em đến trường học / 20 phút / bằng xe đạp

3) từ văn phòng đến Bệnh viện Việt Đức / khoảng 30 phút / bằng taxi

4) từ đây đến hiệu sách / 15 phút / đi bộ

5) từ nhà thờ lớn đến hồ Tây / khoảng 20 phút / bằng xe buýt

4 다음 문장을 *vừa ~ vừa*를 사용하여 만드시오.
(Viết lại các câu bên dưới sử dụng cấu trúc *vừa ~ vừa*.)

mẫu Anh ấy đọc báo khi uống cà phê.
→ Anh ấy vừa đọc báo vừa uống cà phê.

1) Chị ấy nghe nhạc khi đọc sách.

2) Bà ấy mua hoa quả khi gặp bạn.

3) Ông ấy uống trà khi nói chuyện.

4) Cô ấy hát khi làm việc.

실용 회화 (Hội thoại thông dụng)

1 Dũng: Đang có vé rẻ đi Jeju đấy, đi đi!

중: 제주도로 가는 저가 비행기 표가 있어, 가자!

Minh: Ra đảo à? Sao không đi cả Seoul nữa?

밍: 섬에 갈 거야? 왜 서울에 안 가?

Dũng: Đi Seoul không có vé rẻ. Lần này đi Jeju lần sau đi Seoul.

중: 서울에 가는 저가 비행기표가 없어. 이번에 제주도에 가고 다음에 서울에 가자.

Minh: Thôi, đi thì đi cả. Tìm xem có vé Jeju-Seoul rẻ không thì mua luôn.

밍: 아냐. 가는 김에 다 가자. 제주-서울행 저가 비행기 표가 있는지 찾아보고, 있으면 사자.

Dũng: Tự đi thì khó mua vé rẻ lắm. Đặt tour thì chắc được.

중: 개인으로 가면 저가표가 별로 없어. 투어(사이트)에 예약하면 있을 것 같아.

Minh: Đi tour mất tự do lắm, tớ thích tự đi hơn.

밍: 투어를 따라 가면 자유롭지 못해, 개인으로 가는 게 더 좋아.

Dũng: Tớ cũng thế.

중: 나도 그렇게 생각해.

Minh: Để tớ tìm xem. Có thì đi.

밍: 한 번 찾아볼게. 있으면 가자.

2 (Hướng dẫn viên du lịch: HDVDL)

HDVDL: Xin giới thiệu, đây là chợ Namdaemun nổi tiếng của ga Seoul.

가이드: 소개드리겠습니다. 여기가 한국에서 유명한 남대문 시장입니다.

Nam: To thế nhỉ. Đi vào trong rồi lạc thì sao?

남: (규모가)크네. 안에 들어가면 길 잃어버리는 거 아냐?

HDVDL: Quý khách lưu ý, chúng ta đang đứng trước cửa ga tàu điện ngầm số 4. Nếu các anh chị không tìm được đường ra, các anh chị hỏi đường đến cửa tàu điện ngầm số 4 là được.

가이드: 여러분, 주의하세요. 우리는 지하철 4번 출구 앞에 서 있습니다. 만약에 나오는 길을 찾지 못하면 지하철 4번 출구로 가는 길을 물으면 됩니다.

Nam: Nhưng chúng tôi có biết tiếng Hàn đâu.

남: 근데 우리가 한국어를 모르잖아요.

HDVDL Các anh chị có thể hỏi bằng tiếng Anh, hoặc nếu không thì các anh chị cầm bản đồ có đánh dấu cửa số 4 đây ạ.

가이드: 영어로 물어보거나 혹은 4번 출구가 표시된 이 지도를 가지고 다니면 됩니다.

Nam: Yên tâm rồi, mua sắm thôi.

남: 안심이다, 쇼핑하자.

FLEX 문제 (Luyện tập FLEX)

Chọn từ / cụm từ gần nghĩa với các từ / cụm từ in nghiêng.

문제 1 *Khi* chúng tôi đến *thì* xe đã khởi hành rồi.

A. Từ lúc ~ là ~ B. Lúc ~ thì ~ C. Bao giờ ~ thì ~

문제 2 Ngày mai chúng tôi *đi* Sài Gòn, ở đó 10 ngày rồi lại *đi* Hà Nội

A. sang / sang B. ra / vào C. vào / ra D. qua / về

문제 3 Từ nhà cậu đến trường đi xe buýt *mất bao lâu?*

A. có xa không? B. có lâu không?

C. thế nào? D. được không?

문제 4 Chị ấy *vừa* xinh *vừa* thông minh, ai cũng thích.

A. không những ~ mà còn
B. tuy ~ nhưng
C. vì ~ nên
D. cả ~ lẫn

문제 5 Tớ *nghe nói* cậu sắp kết hôn phải không?

A. nghe thấy
B. nghĩ là
C. nghe đồn
D. đoán

Tiếng Việt Dành Cho Người Bắt Đầu

연습문제 정답

3과

연습

1. 1) Tên , Em

   2) Cháu , Ông , cũng

FLEX문제

1. 선생님 안녕하세요. 선생님 잘 지내시나요?

   A. 제자님 안녕하세요. 선생님은 잘 지내.

   B. 안녕 얘야. 선생님은 잘 지내, 고맙다 얘야.

   C. 안녕하세요 선생님. 저 또한 평상시와 같습니다.

   정답 : B

2. 밍 씨 안녕하세요. 만나서 반가워요 밍 씨 !

   A. 감사합니다.

   B. 나 또한 당신을 만나서 반가워요.

   C. 만나서 반가워요 밍 씨.

   정답 : B

4과

연습

1. 1) Tôi tên là Mai. Tôi là người Việt Nam. Tôi là sinh viên.

   2) Tôi tên là John. Tôi là người Anh. Tôi là phóng viên.

   3) Tôi tên là Simizhư. Tôi là người Nhật Bản. Tôi đã nghỉ hưu.

   4) Tôi tên là Anna. Tôi là người Úc. Tôi đã nghỉ hưu.

   5) Tôi tên là Lee Junhee. Tôi là người Hàn Quốc. Tôi là nhân viên công ty điện thoại.

   6) Tôi tên là Lily. Tôi là người Mỹ. Tôi là luật sư.

   7) Tôi tên là Henry. Tôi là người Pháp. Tôi là giáo viên.

FLEX문제

1. 여사님 안녕하세요. 실례지만 성함이 어떻게 되시나요?

A. 안녕하세요 아주머니, 제 이름은 Cúc 입니다.

B. 내 이름은 Cúc 할머니 입니다.

C. 안녕하세요, 제 이름은 Cúc 입니다.

정답 : C

2. 실례지만 당신은 어느 나라 사람인가요?

A. 나는 태국에서 왔습니다.

B. 나는 태국으로부터 넘어왔습니다.

C. 나는 태국인입니다.

정답 : C

3. 여쭙겠습니다만, 직업이 어떻게 되시나요?

A. 나는 일본인입니다.

B. 나는 주부입니다.

C. 나는 일기를 쓰고 있습니다.

정답 : B

4. 실례합니다만 당신은 베트남 사람인가요?

A. 네, 저는 베트남인입니다.

B. 네, 저는 베트남에서 살고 있습니다.

C. 네, 저는 베트남으로 막 넘어왔습니다.

정답 : A

5과

연습

1. 1) Bạn là sinh viên phải không?
   2) Anh ấy là người Mỹ phải không?
   3) Tiếng Việt có thú vị không?
   4) Ngữ pháp tiếng Hàn có phức tạp không?
   5) Anh Kim có làm bài tập không?
   6) Anh Yoon có ngủ không?

FLEX문제

틀린 문법을 지닌 문장을 다음 중 고르시오

1. A. Anh có biết nói tiếng Việt không? (O)
   B. Anh biết nói tiếng Việt phải không? (O)
   C. Anh biết tiếng Việt không? (O)
   D. Anh biết tiếng Việt có không? (X)
   정답 : D

* có ~ không? 의문문에서 có는 서술어 (동사,형용사) 앞에 위치하거나 생략하므로 틀린 문법을 지닌 문장은 'D' 이다.

2. A. Phở Việt Nam ngon quá (O)
   B. Phở Việt Nam ngon lắm (O)
   C. Phở Việt Nam không ngon lắm (O)
   D. Phở Việt Nam rất ngon quá (X)
   정답 : D

* 형용사를 강조하는 역할을 지닌 정도부사 (rất, hơi, khá, quá, lắm, thật 등) 들은 동시에 두 가지를 사용할 수 없으므로 틀린 문법을 지닌 문장은 'D'이다.

6과

연습

1. 1) Quê tôi ở thành phố Busan.
   2) Chợ Bến Thành ở thành phố Hồ Chí Minh
   3) Tôi học tiếng Việt ở trường Đại học Ngoại ngữ Hàn Quốc.
   4) Vâng. Tôi là phóng viên.
   5) Dạ phải. Đây là anh Hùng.

2. 1) Một tuần có mấy ngày?
   2) Công ty của anh có bao nhiêu người?
   3) Lớp học của anh bạn có bao nhiêu người?
   4) Gia đình bạn có mấy người?
   5) Một năm có mấy tháng?

FLEX문제

1. 밑줄 친 부분과 가장 비슷한 뜻을 지닌 단어를 고르시오.

그녀는 고민을 해본 적이 없다. 왜냐하면 그녀는 돈이 정말 많기 때문이다.

A. 매우 많은　　B. 많은　　C. 꽤 많은　　D. 그다지 많지 않은

정답 : A

2. 다음 질문에 알맞는 대답을 고르시오.

당신 집은 이 건물에서 몇 층인가요?

A. 내 집은 총 3층 높이의 집입니다.
B. 이 건물은 10층 높이의 건물입니다.
C. 저는 옥탑방에 살고 있습니다.
D. 나는 이 건물을 좋아하지 않습니다.

정답 : C

7과

연습

1. 1) Bây giờ là 11 giờ. Nửa tiếng nữa là 11 rưỡi.
   2) Bây giờ là 6 giờ kém 15. 15 phút nữa là 6 giờ đúng.
   3) Bây giờ là 7 giờ 10. 10 phút trước là 7 giờ.
   4) Bây giờ 2h30. 20 phút nữa là giờ ra chơi (2:50).
   5) Bây giờ là 1 giờ rưỡi. Nửa tiếng nữa là giờ vào lớp (2:00).
   6) Bây giờ là 9 giờ 20. 20 phút trước là 9 giờ đúng.
   7) 2 tiếng trước là 10 giờ. Bây giờ là 12 giờ.
   8) Nửa tiếng nữa là 1 giờ. Bây giờ là 12 giờ rưỡi (=30).

2. 1) không kịp
   2) kịp
   3) không kịp
   4) kịp

3. 1) Bao giờ anh Lee về Hà Nội?
   2) Anh Kim đi Hạ Long bao giờ?
   3) Anh đi Sapa bao giờ?
   4) Bao giờ anh Park đi Việt Nam?
   5) Bao giờ hai anh Jung đi Huế?
   6) Anh Oh đi Lào bao giờ?

FLEX문제

1. 대화문을 읽고 질문에 답하시오.

A: 지금 몇시야?

B: 2시 다 되어가.

A: 너 몇시에 학교가니?

B: 약 10분 후에.

A: 그러면 2시 지나서 너 늦어.

B: 상관없어.

1.1. 대화문에 의거하여 다음 문장들 중 옳은 문장은?

A. 지금은 2시 5분이다.

B. 지금은 2시 5분 전이다.

C. 지금은 2시 10분 전이다.

D. 지금은 2시 15분 전이다.

정답 : B

1.2. 대화문에 의하면 지각에 대한 B의 태도로 옳은 것은?

A. 무관심

B. 두려워함

C. 걱정함

D. 기뻐함

정답 : A

2. 다음 중 바르게 말한 것을 고르시오.

A. Hôm nay là ngày mười tư, tháng bốn, năm hai nghìn không trăm mười sáu. (X)

B. Hôm qua là ngày ba mươi, tháng hai, năm hai nghìn không trăm mười sáu. (X)

C. Hôm kia là thứ chủ nhật, ngày mười lăm, tháng mười hai, năm hai không mười sáu. (X)

D. Ngày mai là ngày mùng bảy, tháng chín, năm hai không mười sáu. (O)

* A에서는 '14일'이라는 뜻에 해당하는 'ngày mười bốn'을 'ngày mười tư'로 잘못 표기하였으며 'tư'는 24,34,44,…94를 표현할 때만 사용 가능함, B에서는 2월달을 표현함에도 불구하고 어제가 30일이라고 했기 때문에 오답, C에서는 요일을 표현하는 부분에서 일요일(chủ nhật)을 thứ chủ nhật 으로 잘못표기 하였으므로 오답. 정답은 D이다.

정답 : D

8과

연습

1. 1) Q: Đây (Kia) là cái gì?
   A: Đây (Kia) là cái mũ.

   2) Q: Đây (Kia) là quả gì?
   A: Đây (Kia) là quả nho.

   3) Q: Đây (Kia) là con gì?
   A: Đây (Kia) là con hổ.

   4) Q: Đây (Kia) là quả gì?
   A: Đây (Kia) là quả bơ.

   5) Q: Đây (Kia) là cái gì?
   A: Đây (Kia) là cái ghế.

   6) Q: Đây (Kia) là con gì?
   A: Đây (Kia) là con khỉ.

2. Củ gừng , Con dao , Cái quạt , Con đường , Bông hoa
   Quả dưa hấu , Tờ giấy , Chiếc xe , Cây hành , Chai bia
   Cái kính , Cái đèn , Bàn(hoặc cánh) tay , Cây cà rốt , Hộp sữa
   Máy tủ lạnh , Cái giường , Cái thảm , Cây khoai, Cái tường

3. 1) Đây là con dao. Con dao này của anh tôi. Con dao này rất sắc. Tôi muốn mua 3 con dao, vì tôi không có con dao nào. Chị tôi cũng không có dao. Ở chợ có rất nhiều dao, giá khoảng 10,000 đồng một con.

   2) Tôi thích ăn quả nho. Quả nho rất ngọt và ngon. Nhưng quả nho rất đắt. Ở chợ, quả nho giá 100,000 đồng 1 cân.

   3) Đây là quả dừa. Quả dừa này rất ngon. Nước dừa rất ngọt. Tôi đã mua 5 quả dừa. Ở đây, dừa giá 10,000 đồng 1 quả.

4. 1) Chị ấy là người thế nào? / Chị ấy là người khó tính.
   2) Em Lan là người thế nào? / Em ấy là người ít nói.
   3) Cô Mai là người thế nào? / Cô ấy là người tốt bụng.
   4) Bạn Trang là người thế nào? / Bạn ấy là người tự tin.
   5) Con gái bạn là người thế nào? / Nó là người tình cảm.

FLEX문제

1. 다음 빈칸에 알맞은 종별사를 아래에서 골라 쓰시오.

cái(물건) con(동물) quả(과일) (không cần=불필요)

정답 : Nhà tôi có nhiều cây và con vật. Nhà tôi có 3 con gà, 2 con mèo, và 1 con chó. Trong vườn nhà tôi có rất nhiều (không cần) cây: cây cam, cây xoài, cây táo, cây ổi… Hàng ngày, tôi ăn *(không cần)* táo, uống nước *(không cần)* cam, và mang vài quả ổi cho hàng xóm. *(không cần)* Ổi rất ngon và hàng xóm rất thích. Tôi thích chơi bóng đá, nên trong nhà có 3 quả bóng.

2. 다음 문장을 읽고, 다음 문장에 알맞은 질문을 고르시오.

Đây là con mèo. Nó rất béo. Tôi gọi con mèo này là Mimi. Mimi thích ăn xoài. Mimi không thích ăn táo.

이것은 고양이입니다. 고양이는 매우 뚱뚱하고요. 저는 이 고양이를 미미라고 부릅니다. 미미는 망고를 좋아합니다. 미미는 사과를 싫어합니다.

A. Mimi là cái gì?

B. Con mèo kia béo phải không?

C. Mimi thích ăn gì?

D. Mèo gọi là gì?

정답 : C

* A에서는 '미미는 무엇입니까'라고 물었지만, 미미는 고양이 즉 동물이므로 cái 가 아닌 con을 사용하여 물어야 하며, B에서는 '저 고양이는 뚱뚱합니까'라고 물었지만 첫 문장에서 이것은 이라고 지칭 하였기 때문에 kia 는 적합하지 않다. 그리고 D에서는 '고양이는 무엇을 부릅니까' 라고 하였으나, '고양이는 무엇으로 불립니까'라는 문장이 더 적합하기 때문에 'Mèo được gọi là gì?'의 수동 문장이 옳다. 즉 정답은 C이다.

9과

연습

1. 1) Con ấy đã đánh răng chưa? / Chưa, con ấy chưa đánh răng.
   / Rồi, con ấy đánh răng rồi.
   2) Em ấy đã rửa mặt chưa? / Chưa, em ấy chưa rửa mặt.
   / Rồi, em ấy rửa mặt rồi.
   3) Anh ấy đã ăn sáng chưa? / Chưa, anh ấy chưa ăn sáng.
   / Rồi, anh ấy ăn sáng rồi.
   4) Các anh ấy đã đi làm chưa? / Chưa, họ chưa đi làm.
   / Rồi, họ đã đi làm rồi.
   5) Chú ấy đã nấu cơm chưa? / Chưa, chú ấy chưa nấu cơm.
   / Rồi chú ấy nấu cơm rồi.
   6) Em ấy đã làm bài tập chưa? / Chưa, em ấy chưa làm bài tập.
   / Rồi, em ấy làm bài tập rồi.
   7) Anh ấy đã đi ngủ chưa? / Chưa, anh ấy chưa đi ngủ.
   / Rồi anh ấy đi ngủ rồi.

2. 1) Chưa, tôi chưa lập gia đình.
   Rồi, tôi lập gia đình rồi.
   2) Chưa, tôi chưa có con.
   Rồi, tôi có con rồi.
   3) Chưa, con tôi chưa đi học.
   Rồi, con tôi đi học rồi.
   4) Chưa, tôi chưa bao giờ đi du lịch Việt Nam.
   Rồi, tôi đã đi du lịch Việt Nam nhiều lần rồi.
   5) Chưa, lúc đó, tôi chưa dậy.
   Rồi, lúc đó, tôi dậy rồi.

3. 1) Hôm qua, tôi không đi học được vì tôi mệt.

2) Chị ấy có thể nói tiếng Nga được, nhưng không thể dịch được bài báo này vì tiếng Nga của chị ấy còn kém lắm.

3) Anh không thể uống rượu ở đây được vì đây là lớp học.

4) Chị mua giúp tôi một quyển từ điển được không?

5) Bà ấy không thể đến đây được vì bà ấy rất bận.

FLEX문제

다음 대화문을 읽고 질문에 답하시오.

Liên: 여보세요? ABC사입니다.

Anh Park: 여보세요, 실례지만 최 씨는 회사에 왔나요?

Liên: 아, 최 씨는 한국으로 귀국했습니다.

Anh Park: 최 씨와의 연락을 원합니다만, 어떻게 해야 할까요?

Liên: 네, 이메일을 쓰시거나, 그에게 전화를 거시면 될 것 같습니다.

Anh Park: 저는 그의 한국 번호가 없습니다.

Liên: 그러면, 실례지만 저도 없습니다.

Anh Park: 이메일을 저에게 주세요.

Liên: 이메일도 없으신가요? 죄송합니다만, 다른사람의 메일을 드릴 수 없습니다.

1. 대화문에 따르면 아래의 문장 중 옳지 않은 것은?

A. 지금 최 씨는 베트남에 없다.

B. 박 씨는 발신자이며, 리엔은 수신자이다.

C. 리엔양은 최 씨의 한국번호를 알지 못한다.

D. 박 씨는 최 씨에게 메일을 통해 연락할 것이다.

정답 : D

2. 박 씨의 목적은 무엇인가요?

A. 최 씨와 대화하기

B. 최 씨의 전화번호 요청하기

C. 최 씨와 연락하는 방법 묻기

D. 최 씨의 안부 묻기

정답 : A

10과

연습

1. 1) Tôi không béo bằng anh Nam.

2) Tôi không học giỏi bằng anh Nam.

3) Tôi không giàu bằng anh Nam.

4) Anh Nam không thích leo núi bằng tôi.

5) Anh Nam không hát hay bằng tôi.

2. 1) Tôi nhẹ hơn anh Nam 5kg.

2) Hoa hồng đắt (=mắc) hơn hoa sen 1,000đ.

3) Trong 1 tuần, công ty Samsung được nghỉ nhiều hơn công ty ABC 1 ngày.

4) Nhà này thấp hơn nhà kia 15 tầng.

5) Tôi đến lớp sớm hơn anh ấy 10 phút.

3. 1) Tôi sẽ làm việc ở Anh nên học tiếng Anh.

2) Tôi bị cảm nên không đi làm.

3) Tôi bận nên không đi chợ.

4) Trời mưa to nên lớp tôi nghỉ học.

5) Tôi học lịch sử Thái Lan nên đến Thái Lan.

4. 1) Tôi mua cả báo lẫn tạp chí.
   2) Tôi học cả tiếng Hàn lẫn tiếng Nhật.
   3) Tôi làm cả nem rán lẫn phở bò.
   4) Tôi mua cả táo lẫn nho.
   5) Tôi chơi cả bóng đá lẫn bóng rổ.

FLEX문제

1. 다음 주어진 문장과 동일한 뜻을 지닌 문장을 고르시오.

나는 한양보다 키가 크다.

A. 한양은 나와 키가 동일하다.
B. 한양은 나만큼 키가 크지 않다.
C. 나는 한양만큼 키가 크지 않다.
D. 나와 한양은 서로보다 더 크지 않다.
정답 : B

아무도 그 형처럼 빨리 달릴 수 없다.

A. 모두가 그 형보다 빨리 달린다.
B. 모두가 그 형보다 느리게 달린다.
C. 모두 다 될 수 없다.
D. 그 형이 가장 느리게 달린다.
정답 : B

2. 다음 내용을 읽고 물음에 답하시오.

나의 교실에는, 화가 히엔보다 공부를 잘한다. 히엔은 응아보다 공부를 잘한다. 응아는 탕보다 공부를 더 잘한다. 탕은 중만큼 공부를 하지 않는다. 중은 썬보다 공부를 못한다. 썬은 짱만큼 공부한다. 짱은 응아만큼 공부하지 않는다.

교실에서 누가 제일 공부를 잘하는가?

A. Bạn Thắng

B. Bạn Hoa

C. Bạn Nga

D. Bạn Sơn

정답 : B

3. 다음 추론 중 옳은 추론은 무엇인가?

A. 히엔과 탕과 응아 중 응아가 제일 공부를 잘한다.

B. 탕, 중, 짱 세 사람 중 짱이 공부를 제일 잘한다.

C. 히엔, 썬, 응아, 탕 중 썬이 가장 공부를 못한다.

D. 짱, 응아, 히엔 중 응아가 공부를 제일 잘한다.

정답 : B

11과

연습

1. (1) Cái điện thoại này bao nhiêu tiền?

Cái điện thoại này 3,500,000 đồng.

(2) Đôi giày này bao nhiêu tiền?

Đôi giày này 900,000 đồng.

(3) Cái máy tính kia bao nhiêu tiền?

Cái máy tính kia 10,000,000 đồng.

1) Nho bao nhiêu tiền một cân?

Nho 100,000 đồng một cân

Cho tôi 3 cân.

Tất cả hết 300,000 đồng.

2) Giày bao nhiều tiền một đôi?

Giày 500,000 đồng một đôi.

Cho tôi 1 đôi.

Tất cả hết 500,000 đồng.

3) Vở bao nhiêu tiền một quyển?

Vở 10,000 đồng một quyển.

Cho tôi 20 quyển.

Tất cả hết 200,000 đồng.

4) Bút bao nhiêu tiền một cái?

Bút 3,000 đồng một cái.

Cho tôi 5 cái.

Tất cả hết 15,000 đồng.

5) Dưa hấu bao nhiêu tiền một quả?

Dưa hấu 30,000 đồng một quả.

Cho tôi 2 quả.

Tất cả hết 60,000 đồng.

6) Hoa này bao nhiêu tiền một bông?

Hoa này 3,000 đồng một bông.

Cho tôi 10 bông.

Tất cả hết 30,000 đồng.

7) Sữa kia bao nhiêu tiền một hộp?

Sữa kia 4,000 đồng một hộp.

Cho tôi 15 hộp.

Tất cả hết 60,000 đồng.

2. 1) Chị ấy trông rất mệt. Chị ấy nên đi gặp bác sĩ.

2) Hôm nay rất lạnh, anh nên mặc áo ấm.

3) Trời đang có tuyết đấy. Anh không nên ra ngoài.

4) Khi buồn, anh nên xem phim hoặc đi gặp bạn cho đỡ buồn.

5) Khi vui, anh nên chia sẻ với gia đình.

6) Vào ngày sinh nhật của vợ, anh không nên về muộn và anh nên tặng vợ một món quà ý nghĩa.

3. 1) Bây giờ tôi sẽ đi siêu thị. Anh có cần mua gì không?

Không, tôi không cần mua gì.

2) Tôi đã khỏi bệnh rồi nên tôi không cần uống thuốc nữa.

3) Dạo này trời mưa rất nhiều nên tôi cần mua 1 cái ô.

4) Cái bút này hỏng rồi. Tôi cần mượn 1 cái bút khác.

5) Hôm nay tôi rất vui vì tôi không cần làm bài tập về nhà.

4. 1) Sáng mai em làm gì?

Sáng mai em phải đi học.

2) Chiều mai bạn làm gì?

Chiều mai tôi phải đi thư viện.

3) Tối mai anh làm gì?

Tối mai tôi phải chuẩn bị bài.

4) Tuần sau bạn làm gì?

Tuần sau tôi phải đi công tác.

FLEX문제

나는 리이고 한국인입니다. 저는 베트남에서 3년간 살면서 일했습니다. 매주 저는 옷을 가지고 2번씩 세탁소에 갑니다. 그곳은 꽤 신뢰할만하고 전문적이었습니다. 제 옷은 깨끗하게 세탁되고 조심스레 다림질 되었습니다. 상하의 세탁 비용은 옷 한 벌당 3만동이며, 외투는 5만동, 속옷과 양말은 1만동입니다. 때때로 저는 외투나 하의에 손수건을 넣고 까먹습니다만, 그

들은 그것 또한 무료로 저를 위해 조심스럽게 세탁해줍니다. 저는 그곳의 서비스가 너무 만족스럽습니다.

리의 의견에 의하면 그 세탁소는 어떠한 곳인가?

A. 손님이 붐비는 곳이다.

B. 신뢰할 만하고 전문적인 곳이다.

C. 정말 완벽한 곳이다.

정답 : B

만약 두 벌의 셔츠, 한 벌의 하의 그리고 손수건 하나를 세탁할 경우 얼마인가?

A. 90 nghìn đồng

B. 100 nghìn đồng

C. 110 nghìn đồng

정답 : A

*상, 하의 전부 3만동 씩 이므로 총 세벌가격 9만동이다 (손수건은 무료)

12과

연습

1. 1) Ông Ba vừa đi Cần Thơ hai hôm trước.
   2) Ông Tính vừa đi Phú Quốc mấy tuần trước.
   3) Bà Nga mới đi phố cổ Hội An vào mùa hè này.
   4) Anh Cường vừa mới đi Mũi Né mấy hôm trước.
   5) Cô Dung vừa mới đi Cà Mau tuần trước.

2. 1) Tối nay tôi định làm bài tập ở nhà.
   2) Cuối tuần này tôi định đi chơi với mấy người bạn của tôi.
   3) Tuần sau tôi định sang Việt Nam.

4) Có, sang năm, tôi sẽ làm việc ở Việt Nam.

5) Tôi sẽ viết sách văn học sau khi nghỉ hưu.

3. 1) Anh Kim ở Việt Nam bao lâu rồi?

2) Anh đã đi Sapa bao giờ chưa ?

3) Anh Oh đã đi Lào mấy lần rồi?

4) Bạn đã ở Hà Nội bao lâu rồi?

5) Anh Kim đi Hạ Long bao giờ?

6) Bạn đã đi Việt Nam bao giờ chưa?

FLEX문제

Yoona: **너무 배불러서 더 못먹겠어.**

Dũng: **그럼 마실 것 주문하자. 너 뭐 마실래?**

Yoona: **나 너무 배불러서 마시지도 못해겠어.**

Dũng: **조금만 마셔. 주스 괜찮지?**

Yoona: **그러면 나 까페라떼 한 잔 부탁해.**

Dũng: **여기 맛있는 음료 많은데, 이 과일주스, 이런 생과일주스, 이런 차종류 …**

Yoona: **난 커피만 좋아해.**

대화문에 따르면 다음 중 옳은 것은?

A. 유나와 중은 막 다 먹었다.

B. 유나와 중은 막 먹었다.

C. 유나와 중은 아무것도 먹고 마시지 않을 예정이다.

D. 유나는 이 식당의 음료가 다 마음에 들지 않는다.

정답 : A

대화문에 따르면 유나에 대하여 알 수 있는 점은?

A. 유나는 식후 마시는 것을 좋아하지 않는다.

B. 유나는 중의 제의를 모두 거절하였다.

C. 유나는 차와 과일주스를 좋아하지 않는다.

D. 유나는 너무 배부르고 아무것도 먹고 마실 수 없다.

정답 : C

13과

연습

1. 1) Tôi đã nấu cơm xong rồi. Anh ăn đi.
   2) Tôi nghe nói anh hát rất hay. Anh hát đi.
   3) Quyển sách này rất hay. Anh đọc đi.
   4) Bây giờ rất muộn rồi, 12 giờ đêm rồi. Con đi ngủ đi.
   5) Bây giờ là 7 giờ sáng. Em thức dậy đi. Nếu không em sẽ muộn học đấy.

2. 1) Nếu tôi có thật nhiều tiền, tôi sẽ đi du lịch vòng quanh thế giới.
   2) Nếu tôi già, tôi sẽ làm hoạt động phục vụ xã hội.
   3) Nếu con tôi bị ốm, tôi sẽ gọi (nhờ) bạn mua giúp tôi thuốc cho con tôi.
   4) Nếu ngày mai là thứ hai, tôi sẽ đi câu lạc bộ hôm nay.
   5) Nếu bây giờ ra chơi, tôi sẽ đi xe máy đến công viên Thống Nhất.

3. 1) Anh muốn gọi thêm gì nữa không?
      Tôi muốn gọi thêm một đĩa nem.
   2) Anh muốn ăn thêm gì nữa không?
      Tôi muốn ăn thêm một bát miến lạnh.
   3) Anh muốn mua thêm gì nữa không?
      Tôi muốn mua thêm một bao thuốc lá.
   4) Anh muốn lấy thêm gì nữa không?
      Tôi muốn lấy thêm vài đôi tất.

4. 1) Chờ tôi một lát , tôi sẽ đến ngay.
   2) Tôi còn một ít tiền.
   3) Tôi muốn mua thêm một ít sữa và bơ.
   4) Chờ một chút(=một tí).
   5) Mệt rồi, nghỉ một chút.
   6) Tôi chỉ ăn được một chút(=một tí) cơm thôi.

5. (순서대로) thiếu, thừa, đủ, đủ, thiếu

6. 1) Ở đây, ai cũng biết tiếng Việt.
   2) Ở đây, ai cũng không thích leo núi.
   3) Hôm nay sinh viên nào cũng không đi muộn.
   4) Ở Việt Nam, ở đâu cũng có bóng đá.
   5) Hôm nay sinh viên nào cũng đến muộn.
   6) Siêu thị nào cũng bán sữa.
   7) Khi nào tôi cũng uống cà phê.
   8) Khi nào chị ấy cũng xem ti vi.
   9) Nếu anh muốn mua hoa quả thì ai cũng bán.

FLEX문제

다음 중 문법이 틀린 문장을 고르시오.

1. A. Làm bài tập nhiều thì thế nào cũng giỏi. (O)
   B. Làm bài tập nhiều thì bao giờ cũng giỏi. (X)
   C. Làm bài tập nhiều thì chắc chắn sẽ giỏi. (O)
   D. Làm bài tập nhiều thì ai cũng giỏi. (O)
   정답 : B

* 부정 또는 긍정을 강조하는 구문에서는 thế nào를 사용하여 강조하는 구문밖에 없으며 bao giờ를 사용하는 구문은 존재하지 않는다.
(문장의 뜻 : 숙제를 많이 하면 공부를 잘한다.)

2. A. Tôi no rồi, nhưng có thể ăn thêm một chút nem nữa. (O)

B. Anh cho tôi vay một ít tiền. (O)

C. Anh chờ em một ít được không? (X)

D. Em ấy chơi với tôi một lát rồi về. (O)

정답 : C

* một ít의 의미는 양의 적음을 나타내는 '조금'이므로 시간적인 의미를 지니는 문장인 C에서 사용할 수 없다. (một chút으로 바꿔주는 것이 적절)

3. A. Nếu trời tạnh mưa thì chúng ta đi chơi nhé. (O)

B. Nếu anh có thời gian thì lúc nào chúng ta gặp nhau đi. (O)

C. Nếu không có gì thay đổi thì cuối năm em sẽ đủ tiền mua nhà. (O)

D. Nếu em đói thì em gọi thêm nữa đồ ăn nhé. (X)

정답 : D

* 추가적인 의미를 나타내는 thêm(추가적으로) , nữa(~더)는 위치가 정해져 있다. thêm 은 보통 동사 뒤에 위치하여 '보충하여 ~ 하다'라는 의미로 바꾸어 주고 nữa는 문장 끝에 위치하여 '~더'의 의미를 더해준다. 즉 'D'의 nữa위치는 틀린 위치이므로 정답은 D이다.

14과

연습

1. 1) Đôi giày của anh làm bằng gì?

Đôi giày của tôi làm bằng da.

2) Cái bình kia làm bằng gì?

Cái bình kia làm bằng thuỷ tinh.

3)Cái nhẫn của anh làm bằng gì?

Cái nhẫn của tôi làm bằng vàng.

4) Cái khăn này làm bằng gì?

Cái khăn này làm bằng lụa.

5) Dây chuyền của chị làm bằng gì?

Dây chuyền của tôi làm bằng bạc.

2. 1) Khát rồi. Uống một chút đã!

2) Đói quá rồi. Ăn một tí đã!

3) Học nhiều rồi. Đi chơi một lát đã!

3. 1) Tuy anh Tuấn bị đau bụng nhưng vẫn đi công tác.

2) Tuy chúng em rất mệt nhưng vẫn đi chơi tiếp.

3) Tuy chị ấy ở Việt Nam nhưng vẫn chưa ăn phở

FLEX문제

1. 다음 질문의 알맞은 답을 고르시오.

1) 너는 학교에 항상 뭐 타고 가니?

A. 집이 학교 근처라 버스 타고 갑니다.

B. 집이 학교 근처라 걸음을 통해 갑니다.

C. 집이 학교 근처라 걸어갑니다..

정답 : C

2) 지금 우리 못 가니?

A. 너 숙제 먼저 다 해야해

B. Em làm xong bài tập rồi đã (A와 같은 뜻이지만 rồi 와 đã를 같이 쓸 수 없다.)

C. Em làm xong đã bài tập rồi chúng ta đi (đã 용법과 rồi용법을 같이 사용할 수 없다.)

D. 우리 나가고 나서 너 숙제 먼저 해

정답 : A

2. 밑줄친 부분과 뜻이 동일한 단어 / 숙어를 고르시오.

1) Mặc dù anh ta giàu nhưng các cô gái không thích anh ta.

* Mặc dù ~ nhưng ~ : 비록 ~ 이지만 ~ 하다

A. Tuy nhiên… nhưng… 존재하지 않는 문법

B. Tuy… nhưng… 비록 ~ 이지만 ~하다

C. Không chỉ… mà còn… ~ 뿐만 아니라 ~ 또한

정답 : B

2) 이곳은 매우 험한 길이라 지나가는 사람이 드물다.

A. 적은 B. 많은 C. 매우

정답 : A

3) 이 책의 겉표지는 가죽으로 만들어졌다.

A. 부탁하다 B. ~로부터 C. 왜냐하면

정답 : B

4) 내 동생은 미래의 의사가 되기를 꿈꾼다.

A. ~되다 (+ 명사) B. ~되다 (+ 서술어) C. 변화하다

정답 : A

5) Cả bố mẹ và anh chị tôi đều là giáo viên.

* Cả A và B : A 와 B 모두

A. ~ 하면서 ~ 하다 B. 단지 ~ 이다. C. ~와 ~ 모두

정답 : C

15과

연습

1. 1) Anh đi thẳng đến địa chỉ số 28 Quang Trung thì rẽ trái, sau đó, đi tiếp đến cuối đường thì sẽ đến phòng khám.
   2) Anh đi thẳng đến đường Quang Trung thì rẽ phải. Đến ngã tư Trần Hưng Đạo – Quang Trung thì rẽ trái. Đi thẳng đến ngã ba đầu tiên thì rẽ trái. Đi hết Xóm Hạ Hồi thì rẽ phải. Anh sẽ thấy phòng khám ở trước mặt.

2. 1) Từ nhà chị đến trường học bao xa?
   Từ nhà tôi đến trường học khoảng 5km.
   2) Từ ngân hàng đến nhà thờ lớn bao xa?
   Từ ngân hàng đến nhà thờ lớn khoảng 700m.
   3) Từ hiệu sách đến ký túc xá bao xa?
   Từ hiệu sách đến ký túc xá 3km.
   4) Từ bưu điện đến cửa hàng bao xa?
   Từ bưu điện đến cửa hàng 800m.
   5) Từ sân bay đến trung tâm thành phố bao xa?
   Từ sân bay đến trung tâm thành phố 35km.

3. 1) Xin lỗi anh, bưu điện trung tâm ở phố nào?
   Bưu điện trung tâm ở phố Đinh Tiên Hoàng.
   2) Xin lỗi anh, thư viện quốc gia ở phố nào?
   Thư viện quốc gia ở phố Tràng Thi.
   3) Xin lỗi anh, ngân hàng Nhà nước ở phố nào?
   Ngân hàng Nhà nước ở phố Lý Thái Tổ.

4. 1)Anh có biết nhà hát lớn ở đâu không?

Có, nhà hát lớn ở bên trái khách sạn Hilton.

2) Anh có biết rạp chiếu phim ở đâu không?

Có, rạp chiếu phim ở đối diện hiệu sách.

3) Anh có biết bến xe ở đâu không?

Có, bến xe ở bên cạnh bảo tàng.

FLEX문제

1. 주어진 문장과 의미가 같은 문장을 고르시오.

1) 민족학 박물관에서 여기까지는 대략 5km이다.

A. 민족학 박물관에서 여기에서 대략 5km이다.

B. 민족학 박물관은 여기에서 5km떨어져 있다.

C. Viện bảo tàng Dân tộc học từ đây khoảng 5km. (B와 의미는 동일하지만 문법이 틀림)

정답 : B

2) 내 집은 학교 왼쪽에 있다.

A. 내 집에서 학교는 멀지 않다.

B. 학교는 내 집 오른쪽에 있다.

C. 학교는 내 집에서 조금 떨어진 거리에 있다.

D. 나는 매우 가까이 등교한다.

정답 : B

2. 다음 문단을 읽고 질문에 알맞은 답을 고르시오.

란의 집에서 학교까지는 5km이다. 란은 보통 자전거나 버스를 타고 등교한다. 란은 자전거를 타고 가는 것이 운동이 되어 더 좋아한다. 집에서 란은 500m직진하고, 한 사거리에 이르면 우회전한다. 두 사거리를 지나 직진하고, 세번째 사거리에 이르면 좌회전 한다. 1km 이상 더 가서, 은행을 만나면 좌회전하고, 300미터 직진하여, 병원을 지나가면 학교다.

2.1. 집에서 학교까지 란은 몇 개의 사거리를 지나야 하는가?

A. 2　　B. 3　　C. 4　　D. 5

정답 : C

2.2. 란의 학교 위치에 대해 옳은 것은?

A. 란의 학교는 은행 옆에 위치한다.

B. 란의 학교는 병원 왼쪽에 위치한다.

C. 란의 학교는 병원 근처에 위치한다.

D. 란의 학교는 마지막 사거리와 1km 떨어져 있다.

정답 : C

16과

연습

1. 1) Anh bị làm sao?

   Tôi bị ho.

   2) Anh bị làm sao?

   Tôi bị sốt.

   3) Anh bị làm sao?

   Tôi bị mệt.

   4) Anh bị làm sao?

   Tôi bị đau đầu.

   5) Anh bị làm sao?

   Tôi bị đau mắt.

   6) Anh bị làm sao?

   Tôi bị đau lưng.

   7) Anh bị làm sao?

   Tôi bị đau bụng.

   8) Anh bị làm sao?

   Tôi bị viêm họng.

2. 1) được

   2) bị

   3) bị

   4) được

   5) bị

FLEX문제

주어진 문장과 가장 가까운 뜻을 지닌 문장을 고르시오.

1. 피아노 이외에 그녀는 바이올린도 연주할 수 있다.
   A. 그녀는 바이올린만 연주할 수 있다.
   B. 그녀는 피아노를 제외하고 바이올린만 연주할 수 있다.
   C. 그녀는 바이올린과 피아노 둘 다 연주할 수 있다.
   정답 : C

2. 그녀의 집에 있는 모든 것들이 깨끗하다.
   A. 그녀의 집에 있는 무엇이든 전부 깨끗하다.
   B. 그녀의 집에 있는 무슨 물건이든 꽤 깨끗하다.
   C. 그녀의 집에 있는 무엇이든 전부 깨끗하지 않다.
   정답 : A

3. 우리는 이번 주 일요일의 그 형 결혼식에 초대 받았다.
   A. 그 형은 이번 주 일요일의 형 결혼식에 우리를 초대하였다.
   B. 우리는 이번 주 일요일 결혼식에 그 형을 초대하였다.
   C. 우리는 이번 주 일요일 결혼식에 그 형을 초대할 수 있었다.
   정답 : A

4. 그 형의 설명 후에 우리는 문제를 이해할 수 있었다.
   A. 그 형의 설명 후에 우리는 문제를 이해할 수 있었다.
   B. 그 형의 설명 후에 우리는 문제를 들을 수 있었다.
   C. 그 형의 설명 후에 우리는 문제를 들을 수 있었다.
   정답 : A

5. 비록 나는 배가 부르지만 이 음식들이 너무 맛있어서 조금 더 먹기를 원한다.
   A. 비록 나는 배가 부르지만 이 맛있는 음식을 더 먹기를 원한다.
   B. 비록 나는 배가 부르지만 이 맛있는 음식을 아직 먹기를 원치 않았다.
   C. 비록 나는 배가 부르지만 이 음식들이 너무 맛있기 때문에 조금 더 먹기를 원한다.
   정답 : C

17과

연습

1. 1) Tôi đưa quyển sách cho cô ấy.
   2) Tôi chuyển món quà của anh ấy cho chị ấy.
   3) Tôi gửi bức thư cho bố mẹ.

2. 1) Chị Mina đến Hà Nội để gặp bạn chị ấy.
   2) Bà Hương đi bệnh viện để khám bệnh.
   3) Em Lee đi Huế để đi du lịch.
   4) Anh Tuấn đi Anh để điều tra thị trường.
   5) Cô Lan đi Hàn Quốc để nghiên cứu.

3. 1) Cô ấy nói là hôm nay trời đẹp quá.
   2) Mẹ tôi nói rằng rất mẹ tôi buồn vì tôi.
   3) Anh ấy nói là hôm nay là sinh nhật của anh ấy.

FLEX문제

다음 문장을 읽고 물음에 답하시오.

오늘 나는 ATM기에 인출하러 갔다, 하지만 ATM기의 돈이 다 떨어져 나는 은행을 가야만 했다. 은행에서 은행직원이 나의 신분증을 보고 기한이 만료되어 인출을 할 수 없다고 하였다. 나는 쓰기 위한 돈을 친구에게 빌려야 했다. 내 친구는 나에게 1백만동을 주었다. 나는 80만동짜리 옷을 샀다. 지금 나는 슬플 따름이다 왜냐하면 돈이 적게 남았기 때문이다.

1) 왜 화자는 은행에서 돈을 인출할 수 없나요?
   A. 신분증을 더 이상 사용할 수 없어서
   B. 은행에 돈이 떨어져서
   C. 친구가 돈을 이미 빌려줘서
   D. 은행 직원이 도와주지 않아서
   정답 : A

2) 화자는 돈이 얼마나 남았나요?

A. 100,000 đồng

B. 200,000 đồng

C. 300,000 đồng

D. 800,000 đồng

정답 : B

18과

연습

1) Anh Kim càng đọc nhiều sách về Việt Nam càng hiểu nhiều về phong tục Việt Nam.

2) Sinh viên càng tốt nghiệp Đại học nhiều càng khó tìm việc làm.

3) Trời càng mưa nhiều đường phố càng bẩn nhiều.

4) Trời càng nóng lên càng có nhiều người đi nghỉ mát ở biển.

5) Ông tôi càng đi du lịch nhiều càng khoẻ ra.

2. 1) Em Hoàng trông có vẻ ích kỷ.

2) Cái nhà kia trông có vẻ mới và đắt.

3) Bà ấy trông có vẻ khoẻ mạnh và trẻ.

4) Bộ phim Hàn Quốc này trông có vẻ hay.

5) Anh ấy trông có vẻ thông minh và đẹp trai.

FLEX문제

1. 다음 문장을 읽고 물음에 답하시오.

남 씨는 운동을 매우 잘한다. 그가 말하길 운동은 그를 더 즐겁게 한다고 하였다. 그는 많은 운동을 할 수 있는데, 예를 들면 골프, 축구, 배구, 배드민턴, 탁구, 수영... 매일 그는 날씨에 따라 운동을 선택하여 운동한다. 비가 오면 그는 집안에서 탁구나 배드민턴을 한다. 날이 쨍쨍하면

그는 골프를 치거나 수영을 한다. 날씨가 좋으면 그는 친구들을 초청하여 축구나 배구를 한다. 운동을 할 수록 그는 건강해진다.

1) 문장을 통해 알 수 있는 알맞은 내용은?

A. 남 씨는 보통 혼자 운동한다.

B. 남 씨는 날씨에 따라 달라지기 때문에 보통 어떤 운동을 할 지 알지 못한다.

C. 남 씨는 농구를 할 줄 모른다.

D. 남 씨는 모든 운동을 다 좋아한다.

정답 : B

2) 운동을 하는 것은 남 씨에 어떤 부분에 좋은가?

A. 건강과 업무

B. 건강

C. 긴강과 정신

D. 건강과 시간

정답 : C

2. 다음 문장에 알맞은 답을 고르시오.

1) 오랫동안 그녀를 만나지 못했다. 요즘 그녀는 (외관상) 어때?

A. 그녀는 날이 갈수록 부유해지고 있어 얘야.

B. 그녀는 더 예뻐졌어.

C. 그녀는 일하면서 아이를 키워. 정말 정신없어.

D. 그녀는 결혼했어.

정답 : B

2) 저녁먹으러 가거나 영화보거나 집 가거나, 지금 넌 어디가고 싶니?

A. 어딜가도 상관없으니 당신에게 맡길게요.

B. 저는 밥먹으러 가고 싶거나 영화보러 가고 싶어요.

C. 제가 가긴 어딜가요.

정답 : A

19과

연습

1. 1) Dạo này, trời mưa nhiều nhỉ?

   Vâng, bây giờ là mùa mưa nên trời mưa nhiều.

   2) Hôm qua, trời nắng nhỉ?

   Vâng, bây giờ là mùa hè nên trời nắng.

   3) Bây giờ, trời mát nhỉ?

   Vâng, bây giờ là mùa thu nên trời mát.

   4) Hôm nay , trời lạnh nhỉ?

   Vâng , bây giờ đang có gió mùa đông bắc nên trời lạnh.

   5) Hôm kia, trời rét nhỉ?

   Vâng, bây giờ đang là giữa mùa đông nên trời rét.

2. 1) Anh hay xem phim không?

   Không, tôi ít khi xem phim.

   2) Anh hay đọc báo không?

   Có, tôi luôn luôn đọc báo.

   3) Anh hay chơi đá bóng không?

   Có, tôi thỉnh thoảng chơi đá bóng.

   4) Anh hay đi bơi không?

   Có, đôi khi tôi cũng đi bơi.

   5) Anh hay gặp bạn không?

   Có, tôi thường gặp bạn.

FLEX문제

1. 다음 기울어진 말과 비슷한 의미를 가진 단어/숙어를 고르시오.

1) **요즘 날씨가 너무 건조해서 피부가 다 갈라졌어.**

A. 건조한　　B. 습한　　C. 추운　　D. 더운

정답 : A

2) **7월에는 보통 비가 많이 내리니 여행할 때 여러분들 주의하세요.**

A. 소나기　　B. 스콜　　C. 이슬비　　D. 이슬비

정답 : B

3) **오늘 날씨가 너무 찌는 듯 더워서 모두들 집에서 나가길 싫어한다.**

A. 추운　　B. 견디기 힘든　　C. 더운　　D. 축축한

정답 : C

4) **이른 아침의 날씨는 다소 쌀쌀하고 바람은 가볍게 불며 새는 지저귄다.**

A. 시원한　　B. 추운　　C. 약간 시원한　　D. 약간 추운

정답 : D

5) **날씨가 이렇게 살을 에는 듯 하여 학생들 누구도 수업가기를 원치 않는다.**

A. 더운　　B. 추운　　C. 매우 더운　　D. 매우 추운

정답 : D

2. 기상예보를 읽고 다음 물음에 답하시오.

오늘 한 지역의 찬 공기가 북쪽 각 성으로 넘어갈 것입니다. 오늘 밤 북부지역의 몇몇 성에는 소나기가 있을 예정입니다. 하노이는 밤낮으로 비가 올 것이며, 몇몇 장소에는 적당한 강우량과 많은 강우량을 가질 것입니다. 날씨는 낮에 쨍쨍해질 것이며 오후부터 밤까지는 다시 소나기가 있을 것입니다. 최저기온은 25도씨이며 최고기온은 28도씨입니다.

1) 어떤 지역의 기상예보인가요?

A. 베트남 각 성

B. 베트남 북부 각 성

C. 하노이

D. 하노이와 북부 각 성

정답 : D

2) 하노이의 날씨는 어떻게 변화할 예정인가요?

A. 때때로 비가 온다

B. 아침, 오후, 저녁에 비가 온다.

C. 춥다

D. 하루종일 비가 많이 내린다

정답 : B

20과

연습

1. 1) Anh Lee đi vào trong nhà.
   2) Bà ấy đi vào thành phố Hồ Chí Minh.
   3) Cô Hoa đi ra sân vận động.
   4) Chị Kim đi đến văn phòng bán vé máy bay.

2. 1) Khi em xem tivi thì anh trai em làm gì?
   Khi em xem tivi thì anh trai em nghe nhạc.
   2) Khi mẹ em nấu cơm thì em làm gì?
   Khi mẹ em nấu cơm thì em làm bài tập.
   3) Khi anh Tuấn ngủ thì bố anh ấy làm gì?
   Khi anh Tuấn ngủ thì bố anh ấy đọc báo.

4) Khi chị học tiếng Việt thì em Kim làm gì?

Khi tôi học tiếng Việt thì em Kim chuẩn bị ra ngoài.

3. 1) Từ Seoul đến Hà Nội mất bao lâu?

Từ Seoul đến Hà Nội mất khoảng 5 tiếng bằng máy bay.

2) Từ nhà em đến trường học mất bao lâu?

Từ nhà em đến trường học mất 20 phút bằng xe đạp.

3) Từ văn phòng đến Bệnh viện Việt Đức mất bao lâu?

Từ văn phòng đến Bệnh viện Việt Đức mất khoảng 30 phút bằng taxi.

4) Từ đây đến hiệu sách mất bao lâu?

Từ đây đến hiệu sách mất 15 phút đi bộ.

5) Từ nhà thờ lớn đến hồ Tây mất bao lâu?

Từ nhà thờ lớn đến hồ Tây mất khoảng 20 phút bằng xe buýt.

4. 1) Chị ấy vừa nghe nhạc vừa đọc sách.

2) Bà ấy vừa mua hoa quả vừa gặp bạn (nói chuyện với bạn).

3) Ông ấy vừa uống trà vừa nói chuyện.

4) Cô ấy vừa hát vừa làm việc.

FLEX문제

기울어진 단어의 뜻과 가장 유사한 단어/숙어를 고르시오.

1. 우리가 도착했을 ***때는*** 이미 차는 출발하였다.

A. ~시점 부터는 ~이다　　B. ~때는 ~이다　　C. ~할 때마다 ~이다

정답 : B

2. 내일 우리는 ***사이공으로 가며*** 10일 있다가 ***하노이로 온다***.

A. 넘어가다/넘어가다　　B. 올라가다/내려가다

C. 내려가다/올라가다　　D. 지나가다/돌아오다

정답 : C

*통상적으로 하노이 방향으로 갈 때는 'ra'를 사용하며 호치민 방향으로 갈 때는 'vào'를 쓴다.

3. 너희집에서 학교 까지 버스타고 ***얼마나 걸리냐?***

A. 멀어? B. 오래걸려? C. 어때? D. 가능하니?

정답 : B

4. 그녀는 예쁘***면서*** 똑똑***하여*** 누구나 좋아한다.

A. 뿐만아니라 ~ 또한 ~ B. 비록 ~이지만

C. ~해서 ~하다 D. ~와 ~ 모두

정답 : A

5. 내가 ***듣기로는*** 너 곧 결혼한다며?

A. (귀로)듣다 B. 의미하기에는 C. 듣기로는 D. 추측하건대

정답 : C

이미지 출처

• 제8과 (P.110)

https://en.wikipedia.org/wiki/File:Gorra_MLB.JPG

https://en.wikipedia.org/wiki/File:Panthera_tigris_sumatran_subspecies.jpg

https://ko.wikipedia.org/wiki/%ED%8C%8C%EC%9D%BC:Takasaki_mon.jpg

https://en.wikipedia.org/wiki/File:Grapes_Angoor.JPG

https://en.wikipedia.org/wiki/File:Eameslounch.jpg

https://en.wikipedia.org/wiki/File:Avocado.jpeg

베트남어 첫걸음

초판 인쇄	2017년 2월 21일
초판 발행	2017년 2월 28일
지은이	전혜경 · 이현정
발행인	김인철
총괄 · 기획	가정준 Director, University Knowledge Press
편집장	신선호 Executive Knowledge Contents Creator
도서편집	김민정 Contents Creator
전자책편집	최인우 Chief e-Contents Creator
재무관리	김은혜 Managing Creator
발행처	한국외국어대학교 지식출판원 02450 서울특별시 동대문구 이문로 107 전화 02)2173-2493~7 팩스 02)2173-3363 홈페이지 http://press.hufs.ac.kr 전자우편 press@hufs.ac.kr 출판등록 제6-6호(1969. 4. 30)
디자인 · 편집	디자인퍼브 02) 2254-4308
인쇄 · 제본	네오프린텍(주) 02)718-3111

ISBN 979-11-5901-179-5 13730 정가 24,000원

*잘못된 책은 교환하여 드립니다.

HUINE은 한국외국어대학교 지식출판원의 어학도서, 사회과학도서, 지역학 도서 Sub Brand이다. 한국외대의 영문명인 HUFS, 현명한 국제전문가 양성(International +Intelligent)의 의미를 담고 있으며, 휴인(携引)의 뜻인 '이끌다, 끌고 나가다'라는 의미처럼 출판계를 이끄는 리더로서, 혁신의 이미지를 담고 있다.